밤하늘에는 별강이 흐르고

Sông sao trôi trên bầu trời đêm

김유제 한·베트남 시집

문학공원 시선 270

밤하늘에는 별강이 흐르고

Sông sao trôi trên bầu trời đêm

김유제 한·베트남 시집

문학공원

번역가 : 레땅환

1944년 8월 3일 베트남 출생

작품 및 저서:
베트남 학생을 위한 한국어 교과서: 10권(동저와 저서)
베트남 시집 (동저 시집이 수십 권이 있음)

번역서 :
한국시 12권, 한국 소설 2권, 사회문화 도서 다수

수상:
베트남 산업 노동조합 시 시합에서 제 2 등상 (1996)
베트남 작가회의 표창 (2011)
한국문인회 외국문학상 (2011)
한국문화 한류상 (2015)
한-베 수교 30돌 기념 대한민국 사민사절단의 기념장(바다의 길 사돈의 나라 한-베 수교 30돌의 영웅)(2022).
E-mail : Ledanghoan44@yahoo.com
Tel : 0084- 0913501019.

Giới thiệu dịch giả : Lê Đăng Hoan

TS. Lê Đăng Hoan

Năm sinh: 1944

Hội viên Hội Nhà văn Việt Nam. Nguyên Ủy viên Hội đồng Văn học dịch.

Hội viên Hội Nhà văn Hà Nội. Ủy viên Hội đồng văn học dịch.

Sách viết: Ngoài tác giả và đồng tác giả của 10 quyển sách giáo khoa tiếng Hàn đang dùng tại các trường ở Việt Nam còn có nhiều thơ văn đăng trong các tập thơ in riêng và in chung.

Sách dịch: Bắt đầu dịch văn học từ năm 2004, với tập thơ "Hoa Chin-tal-le" của nhà thơ Kim So-wol, Hàn Quốc. Đến nay đã dịch 10 tập thơ, 2 tiểu thuyết của văn học Hàn Quốc và nhiều loại sách văn hóa xã hội khác trực tiếp từ tiếng Hàn sang tiếng Việt.

Giải thưởng:

- Giải 3 cuộc thi thơ của Công đoàn công nghiệp Việt Nam.

- Bằng khen của Hội Nhà văn Việt Nam.

- Giải thưởng văn học nước ngoài của Hội Nhà văn Hàn Quốc.

- Giải thưởng về Hanryu của Hội các nhà báo Hàn Quốc.

- Kỉ niệm chương có nhiều đóng góp phát triển quan hệ Việt Nam- Hàn Quốc nhân kỉ niệm 30 năm thiết lập quan hệ ngoại giao hai nước, do Phái đoàn Dân sự Đại Hàn Dân Quốc tặng (2022).

E-mail: Ledanghoan44@yahoo.com

한 · 베트남 시비

Ảnh trang trí trong sách.

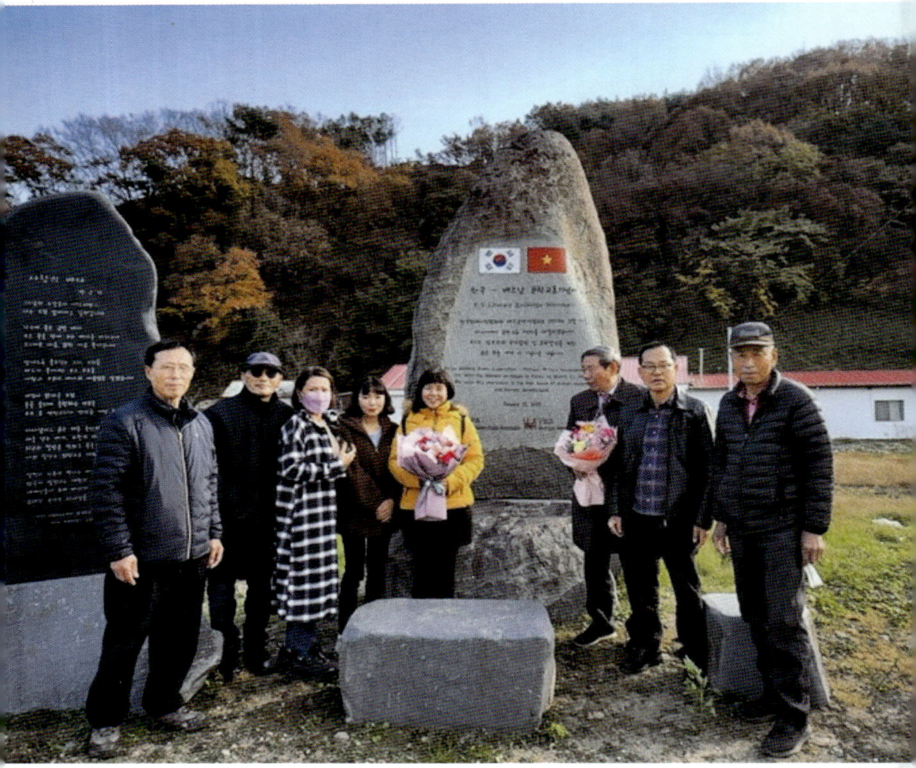

고려청자 입을 열다

김유제

만길 하견마다 더듬 아유싫이나
차인도에서 역 번을 죽어 갈아 왔다고.
흥건거린 맥힐시 나오고
동녘하늘 맥힐, 그루워 마음 길이 달지
흥무가 찬만 서있었다고
국가지원 금나라를 의사막
면두있 5,0가지을 만들성선대고
두바다에 힘자고 있는 가마터마다
배돋을 메티시오도 펼치
주인 강산에 없은 오직 그동 만들고
구타의 맘있에 오직반 하듬 낳였고
부두실랭에게 따라
하는 및 등이 잦아 죽일에
이루는 하찮 벼인 햇깔에
돌 바람은 어쨌건 생명에
도메로 등 오잎이메세에 사람
30에시 국가 가득 버을 떳었다.

차례

번역가 레땅환 … 4
Dr. Lê Đăng Hoan … 5
자기 마을 문학예술을 전세계에 알려주는 한 시인의 꿈 … 16
Ước mơ đưa văn học nghệ thuật quê hương mình ra thế giới của một nhà thơ.… 20

제1부. 두레 먹는 날
Phần 1 : Ngày hội ăn uống

신선바위 … 26
Tảng đá thần tiên … 27
두레 먹는 날 … 28
Ngày hội ăn uống … 30
우담바라 … 32
Hoa Ư Đàm … 33
꽃 … 34
Hoa … 35
물꽃 피는 날에는 … 36
Ngày hoa sen nở … 37
조롱박 터널 길을 걸으면 … 38
Nếu đi bộ trên con đường hầm Jo-rong-park … 39
두꺼비 … 40
Chuyện về Con cóc … 41

대천동 오동나무 … 42
Cây ngô đồng ở phường Dae-Cheon … 43
봉성리 느티나무 … 44
Cây Nu-thi ở làng Bong-seong … 45
갯벌 … 46
Bãi lầy … 47
시골 밤 … 48
Đêm thôn quê … 49
호박 … 50
Bí đỏ … 51
그림자 … 52
Bóng hình … 53
얼굴 … 54
Gương mặt … 55
신비의 여인 … 56
Người phụ nữ thần bí … 57
공룡을 찾아서 … 58
Tìm về với thời Khổng long … 59
낚시 … 60
Câu cá … 61
밤낚시 … 62
Câu cá đêm … 63
그대에게 가는 길 그대에게 가는 길 … 64
Con đường đi đến người yêu … 65
아침 길 … 66
Con đường buổi sáng … 67

차례

제2부. 무지개 내리는 바다
PHẦN 2. Biển có cầu vồng hạ xuống

무지개 내리는 바다 … 70
Biển có cầu vồng hạ xuống … 72
염주 … 74
Tràng hạt … 75
뿌리 … 76
Cội nguồn … 77
불꽃샘 … 78
Nguồn lửa … 79
진눈깨비 … 80
Mưa tuyết … 81
고인돌 … 82
Ngôi mộ đá … 83
악바리꽃 … 84
Hoa gìn giữ giấc mơ lớn … 85
시인은 가을을 꿈꾼다 … 86
Giấc mơ mùa thu của nhà thơ … 87
바람의 일체 … 88
Sự nhất thể của gió … 89

아버지의 가을 ⋯ 90
Mùa thu của Cha ⋯ 91
가을 강 ⋯ 92
Sông mùa thu ⋯ 93
겨울 까치 ⋯ 94
Chim khách mùa đông. ⋯ 95
가을 이야기 ⋯ 96
Chuyện mùa thu ⋯ 97
여름 계곡 ⋯ 98
Thung lũng mùa hè ⋯ 99
가을 오는 여름밤 ⋯ 100
Đêm mùa hè nghe tiếng mùa thu ⋯ 101

차례

제3부. 부부 일기
PHẦN 3. Nhật kí vợ chồng

봄 · 1 ··· 104
Mùa xuân · 1 ··· 105
봄 · 2 ··· 106
Mùa xuân · 2 ··· 107
길 ··· 108
Con đường ··· 109
장인 일기 ··· 110
Nhật kí của người thợ thủ công ··· 111
아침을 여는 여자 ··· 112
Người phụ nữ đánh thức ban mai ··· 113.
새 아침의 노래 ··· 114
Bài hát buổi sáng bình minh ··· 116
새날의 소망 ··· 118
Ước mong ngày mới ··· 120
삼 형제는 석수장이 ··· 122
Ba anh em thợ khắc đá ··· 123
비밀 ··· 124
Bí mật ··· 125

석인 ⋯ 126
Tượng người bằng đá ⋯ 127
사랑 ⋯ 128
Tình yêu ⋯ 129
젓갈 ⋯ 130
Mắm ⋯ 131
산샘 ⋯ 132
Suối rừng ⋯ 133
날밤 새우기 ⋯ 134
Thao thức thâu đêm ⋯ 135
산과의 대화 ⋯ 136
Nói chuyện cùng núi ⋯ 137
밤길 ⋯ 138
Đường đêm ⋯ 139

차례

제4부. 별 타는 마을
PHẦN 4. Ngôi làng sao rực sáng

별 타는 마을 ··· 142
Ngôi làng sao rực sáng ··· 143
산사의 풍경 ··· 144
Phong cảnh của chùa trong núi ··· 145
시조비 ··· 146
Bia Thủy Tổ ··· 147
고샷날 참 말씀 ··· 148
Lời nói thật trong ngày cúng bái ··· 149
아들의 옷 ··· 150
Áo của con trai ··· 151
시인이 돌 새기는 마을 ··· 152
Làng nhà thơ khắc đá ··· 153
아들이 아들을 낳았다 ··· 154
Con trai sinh cháu trai ··· 155
어부의 촉 ··· 156
Linh cảm của người đánh cá ··· 157

용광로가 녹는다 … 158
Lò cao nóng chảyLò cao nóng chảy … 159
인연 … 160
Nhân duyên … 161
잠자리의 소풍 … 162
Cuộc dạo chơi của chuồn chuồn … 163

작품해설
봉사를 위한 절차탁마(切磋琢磨)의 시학
김순진 (문학평론가 · 고려대 미래교육원 교수) … 166

<번역가의 소개 말씀>

자기 마을 문학예술을
전세계에 알려주는 한 시인의 꿈

레땅환

저는 2022년 11월 9일에 장건섭 시인, 국중홍 시인의 안내로 석공예가이자 시인이신 김유제 님의 고향인 보령시 봉성리에 가보았습니다.

이 지점에서 제가 봉성리를 방문한 목적은 2019년에 베트남 - 한국 문학교류협력을 기념하기 위한 비석을 참관하기 위한 것입니다.

우리를 친절하게 맞이해주신 분이 바로 시인, 김유제 이장입니다.

보령시 봉성리는 산골 지역이고 가을에는 단풍이 들고 마을길 양쪽에 가로수들이 늘어서 있었습니다. 특히 나는 좋아하는 은행나무잎이 노랗게 들러서 황금길로 볼 수 있었습니다.

이 산골을 보면 베트남 산골 마을과 비슷하고 베트남 사람의 마음을 사로잡습니다.

그러나 보다 더 매혹시키는 것이 있었으니 수백 개의 시편이 비석에 조각되는 "봉성리 문화예술마을"입니다.

그 마을의 작가가 바로 김유제 석공예가이자 시인입니다. 그 비석 마을 중에는 "한국 - 베트남 문학교류기념비" 비석이 당당하게 서 있습니다. 이는 2019년 베트남작가회와 한국현대시인협회 간의 "문학 교류 상호 협력서"를 체결한 후에 김유제 시인의 손으로 직접 조각했습니다.

이 마을에는 8쌍의 베트남 여자가 한국 남자와 결혼한 한국-베트남 다문화가정이 있습니다. 김유제 시인이 이 마을 이장의 자격으로 여기에 모범적인 베트남 - 한국다문화마을을 조성하겠다고 말했습니다.

시인은 "마을을 세계 최고의 문학예술마을로 조성해 보자"고, '봉성리 시 앤 숲 문화예술학교'를 만들었고 이제는 "그 속에서 주민들 스스로 시를 공부하고 붓글씨를 연습해서 모두 예술인으로 거듭나고 있다."고 합니다.

자기 꿈을 실행하기 위해서 시인이 석공예예술원 내에 〈봉성리새소리작은도서관〉을 만들어 주민들을 위한 '시창작교실'을 운영해왔고 시집발간 및 서예 작품 전시회를 개최해 왔습니다.

김유제 시인이 모든 시비석 문화예술 마을을 우리에게 자세히 설명해주신 후에 시인이 건립하신 도서관을 보여주셨습니다. 도서관에서 떠날 때 시인님이 나에게 『밤하늘에는 별강이 흐르고』 시집을 주시고 "이 시집을 한국에서 생활하고 있는 베트남 사람과 베트남에서의 독자에게 소개할 수 있도록 베트남어로 번역하면 좋겠다."고 부탁하셨습니다.

그러므로 나는 베트남과 한국 독자에게 이 시집을 소개하는 기회가 있습니다.

30여 년 동안 석공예가로 명성을 얻어온 지석 김유제 시인은 2000년 ≪문예사조≫로 등단, 문인 활동을 해오다가 시집으로 보령시문인협회의 '보령문학대상'을 차지했습니다.

『밤하늘에는 별강이 흐르고』 시집이 자기 고향에 대한 조각 예술가의 시집으로써 한국 상징적인 산골 마을에 대한 내용을 묘사하는데 한국의 다른 농촌, 산골과 같이 산과 나무가 많은 지역이지만 훌륭한 사람들이 수백 수천 년에 걸쳐 사랑으로 건립하고 뿌리 깊은 민족 마을 문화를 지키며 발전시켜 왔습니다. 이 마을에 자기의 힘과 재능으로 "세계 최고의 문학예술 마을로 조성한다."는 꿈을 꾸는 김유제와 같은 분이 계시기 때문에 그 꿈을 꼭 완성할 것이라고 믿습니다.

김유제 시인의 시는 예술 조각자로서 "시마다 허술한 게 아니라, 고르게도 단단히 조각되어 태어나 있다"는 평가가 있습니다.

김유제 시인은 1961년 보령시 미산면 봉성리에서 출생했습니다. "소년 시절부터 문학인이 꿈이었지만 가난 탓에 공부를 계속할 수 없었지요. 운영하던 석재회사가 교통사고로 부도를 맞고 위기의 시기를 지낼 때 틈틈이 일기처럼 시를 써왔습니다."

김유제 시인은 일본에서 석조각 기술 연수하는 시간을 지낸 바 있습니다.

김 시인은 현재 한국문협 문학기념물조성위원회 위원장이고 국제PEN한국본부 문화정책위원회와 문학신문 문인회 부회장, 충남시인협회 이사와 보령시 보령문인협회 회장 역등 여러 가지 문학조직에서 활동하고 있습니다.

"이처럼 봉성리 문화공동체 마을을 국제화된 '문학예술마을'로 만들기 위한 김유제 시인의 열정은 전무후무한 장르별 문학공원으로 만들어가는 토대가 되고 있다"고 말할 수 있습니다.

나는 유명한 한국 시인들의 시를 많이 번역했는데 이번 『밤하늘에는 별강이 흐르고』 시집을 번역해서 베트남과 가까운 마음을 가지는 시인이면서 베트남 사람과 비슷한 사고 방식을 가진 시인이 바로 김유제 시인이라고 생각합니다.

2023년에는 김유제 시인이 62세이라서 나는 그의 시집 중에서 62수를 선택해서 베트남어로 번역했습니다

이를 베트남 독자 여러분들에게 소개해드립니다.

Ha Noi. 2023년 따뜻한 겨울날.

<Lời người dịch.>
Ước mơ đưa văn học nghệ thuật quê hương mình ra thế giới của một nhà thơ.

Dr. Lê Đăng Hoan

Được sự hướng dẫn của nhà báo, nhà thơ Jang Gun-seob, tôi đã đến thăm vùng Bong-Seong, thuộc thành phố Bo-Ryeong, quê hương của nghệ nhân khắc đá, nhà thơ KimYoo-je.

Mục đích chính của chuyến đi là đến thăm tấm bia khắc đá kỉ niệm quan hệ hợp tác giao lưu văn học Việt Nam - Hàn Quốc được dựng ở đây từ năm 2019.

Người tiếp đón chúng tôi chính là nhà thơ, trưởng thôn Kim Yoo-je

Đó là một miền quê được bao quanh núi. Con đường đi vào làng là những hàng cây ngân hạnh óng vàng từ ngọn cho đến gốc. Những lớp lá vàng rơi xuống phủ trên mặt đất đẹp lung linh, không lời nào tả nổi, như con đường hoàng kim vậy.

Làng miền núi, nên có cái âm hưởng của một miền quê yên tĩnh và gần gũi với làng Việt Nam đã thu hút tâm hồn chúng tôi.

Nhưng điều hấp dẫn khách đến đây thưởng thức

chính là " Làng nghệ thuật văn hóa Bong-Seong-ri" nơi trưng bày hàng trăm bài thơ của các nhà thơ Hàn Quốc, được khắc trên đá.

Nhà thơ, nghệ nhân khắc đá Kim Yoo-je chính là tác giả của tất cả các tấm bia đá khắc thơ. Ở đây, ngay giữa trung tâm có một tấm đá hình như cao to nhất, có khắc "Kỉ niệm giao lưu văn học Việt Nam-Hàn Quốc" có quốc kì hai nước ở phía trên, được chính nhà thơ Kim Yoo-je khắc năm 2019, sau khi Hội Nhà văn Việt Nam và Hội Các nhà thơ Hiện đại Hàn Quốc kí văn bản "Ghi nhớ giao lưu văn học giữa hai Hội".

Ở trong làng còn có 8 gia đình đa văn hóa Việt Nam – Hàn Quốc, các cô gái Việt Nam lấy chồng Hàn Quốc vùng này sinh sống, mà nhà thơ Kim Yoo – je đang có dự án xây dựng một làng đa văn hóa Việt Nam- Hàn Quốc kiểu mẫu.

Ước mơ của ông là "Kiến tạo làng quê ông thành một làng nghệ thuật văn học tốt nhất thế giới" và mỗi người dân đều học và sáng tác thơ, viết thư pháp để trở thành nghệ nhân.

Để thực hiện ước mơ này ông đã và đang thành lập " Thư viện nhỏ tiếng chim hót Bong-Seong ri", thành lập " Trường Nghệ thuật văn hóa biển và rừng", "Phòng học sáng tác thơ "và đã mở nhiều triển lãm phát hành sách thơ và thư pháp.

Sau khi giới thiệu tỉ mỉ cho chúng tôi tất cả về làng mĩ thuật văn hóa, nhà thơ đưa chúng tôi vào thư viện nhỏ nhắn nhưng có rất nhiều sách báo mà ông thành lập cho dân trong làng đến đọc. Khi rời thư viện, ông đưa tặng tôi tập thơ " Sông sao trôi trên bầu trời đêm" và mong muốn rằng " Dịch tập thơ này ra tiếng Việt để giới thiệu cho người Việt Nam sống ở Hàn Quốc và độc giả Việt Nam khác".

Nhờ thế mà tôi có dịp giới thiệu tập thơ này với bạn đọc người Việt ở Việt Nam và Hàn Quốc.

Suốt 30 năm nổi tiếng là nhà nghệ thuật điêu khắc, Ji-Seok Kim Yoo-je, bắt đầu đăng đàn văn học vào năm 2000, trên tạp chí " Xu hướng văn nghệ". Với tập thơ thứ 3 " Sông sao trôi trên bầu trời đêm" ông đã nhận giải thưởng lớn của Hiệp hội nhà văn thành phố Bo-Ryeong.

Tập thơ " Sông sao trôi trên bầu trời đêm" là tập thơ của nhà điêu khắc nói về làng quê mình, nghề mình và cuộc sống của một vùng đặc trưng miền núi ở Hàn Quốc, một vùng nhiều đá nhiều cây. Nhưng ở đó có một người đang hàng ngày mang ước mơ biến nó thành một trung tâm văn hóa nghệ thuật tầm cỡ thế giới bằng tài năng, sực lực và tiềm năng vật chất ngay của làng quê mình.

Thơ của Kim Yoo- je, là thơ của nhà điêu khắc, "Mỗi bài thơ không sáng tác một cách qua loa hời hợt, mà tác giả đã lựa chọn cẩn thận từng nét chữ như điêu khắc từng vần thơ".

Nhà thơ Kim Yoo-je (62)sinh ra và lớn lên tại Làng Bong Seong. Huyện My San, thành phố Bo-ryeong "Ông đã có ước mơ văn học từ thời niên thiếu, nhưng vì gia đình khó khăn nên không tiếp tục được việc học hành. Ông đã thành lập một công ty vật liệu đá nhưng bị phá sản vì tai nạn giao thông nên không phát triển được. Trải qua thời gian khó khăn ông đã vượt lên trở thành nhà điêu khắc đá, nhà thơ nổi tiếng như ngày nay".

Ông đã từng có thời gian thực tập điêu khắc đá ở Nhật Bản.

Hiện nay Ông là Chủ nhiệm UB chế tạo vật kỉ niệm của Hội nhà văn Hàn Quốc, Ủy viên điều hành của PEN Hàn Quốc, Ủy viên Ban giám đốc Hội thơ Sijo Hàn Quốc, Chủ tịch danh dự Hiệp hội nhà văn Bo-Ryeong và nhiều tổ chức văn học khác. Ông đã nhận nhiều giải thưởng về điêu khắc và văn học tầm cỡ quốc gia và địa phương.

Nhiệt tình của nhà thơ Kim Yoo-je dồn hết tài năng và sức lực của mình để thành lập "Làng văn học nghệ thuật cộng đồng tại làng Bong-Seong trở thành tấm gương "trước không có và sau này cũng sẽ không có" (vô tiền khoáng hậu) cho giới văn học Hàn Quốc.

Tôi đã dịch nhiều thơ của các nhà thơ nổi tiếng Hàn Quốc, nhưng thơ mộc mạc, cởi mở như trải cả lòng mình cho người đọc thì phải nói đây là tập thơ gây cho tôi những cảm xúc gần gũi và chân chất, là tập thơ đưa văn hóa và cuộc sống của quê hương mình ra thế giới

Tôi đã chọn đúng 62 bài trong tập thơ này, để mừng sinh nhật lần thứ 62 của nhà thơ để dịch và giới thiệu cùng bạn đọc Việt Nam và Hàn Quốc.

Hà Nội những ngày mùa đông ấm áp 2023.

L.Đ.H

제1부. 두레 먹는 날

Phần 1 : Ngày hội ăn uống

신선바위

천만 년 동네 앞산에 솟아
어떤 이는 곰바위라 하고
어떤 사람은 부처님 바위라 하고
누구라도 입 떡 벌어지는
아직 이름 지어지지 못한
바위 마당에 앉아 이름을 짓는다
동네 반 바퀴 감싸 흐르는
웃음소리 넘치는 여름 쉼터
영화 속 한 장면이 되기도 하였고
천냥바위라고 불리기도 하는
뿌리박힌 한쪽은 용트림이라
몸 기댄 또 한쪽은
네모 원석 가슴에 품은 새의 형상
그 돌 깎아 보석 만들 수 있으니
보석 바위라 불러보다가
지금까지 여기 올라앉아서
북향한 발걸음 힘 받은 사람 누굴까
바위와 함께 사는 나는
신선바위라 부르고 스스로 주인이 되었다

Tảng đá thần tiên

Mọc lên trước dãy núi làng tôi từ nghìn vạn năm về trước
Người gọi là tảng đá con gấu
Người gọi là tảng đá Phật
Mọi người ngồi trên mặt bằng tảng đá
chưa được đặt tên,
tranh dành nhau,
đặt tên cho nó.
Nơi dừng chân ngày hè
đầy ắp tiếng cười vòng quanh, ôm nửa vòng làng,
cũng đã từng trở thành một cảnh trong phim.
Có một phía bám chắc hình rồng lượn
nên còn được gọi là tảng đá nghìn vàng
Còn một phía, thân thể tựa vào
có hình dáng con chim ôm tảng đá thô hình vuông vắn.
Đá thô ấy có thể làm thành đá quí
nên còn gọi là tảng đá quý
Còn bây giờ, cho đến nay
bất cứ ai lên ngồi ở đây,
sống cùng tảng đá
đều nhận được sức lực cho bước chân đi hướng về phương Bắc
và tôi, vẫn gọi tảng đá này là tảng đá ThầnTtiên
và cứ thế tự nhiên trở thành chủ nhân của đá.

두레 먹는 날

오늘 아침 동네 가운데
느티나무 아래서 징소리 울려
어머니들 음식 준비가 바쁩니다
암자 스님은 합장으로 오시고
끝 집으로 이사 온 가족들의 소개 인사
객지 아들들은 성금 봉투로 함께합니다
이동 노래방이 설치되고
음식으로는 흑염소탕
이장의 선창으로 신청곡 몰려
축하 성금 발표를 먼저 하다 기쁨이 커
수고한 어머니들 저녁 보답으로
염소 한 마리 더 휴대전화 한 통화로
또 천당 갑니다
산 너울에 두둥실 흘러가는 흰 구름 소리
앞산 울림으로 메아리 되어 돌아오면
봉성리 봉황산의 어깨가 으쓱
느티나무 고목도 가지를 흔들흔들
어제오늘은 하조 · 중조 · 상조의 두레 먹는 날
느티나무 옆집 홍순이 형은 대전에서 도착
요구르트 박스와 성금 그리고 애창곡으로 박수 박수

아쉬운 밤
바람결에 벼잎 부딪는 줄다리기에
노란 가을은 뜨거운 여름을 넘었지요

Ngày hội ăn uống

Trong xóm làng sáng nay
dưới cây Nu-thi, tiếng chiêng trống vang rền
Các bà mẹ đang bận rộn chuẩn bị thức ăn ngày lễ
Vị Sư chủ trì chắp tay bước vào
chào xã giao gia đình vừa chuyển đến ở cuối làng
Các con trai làng bên đến cùng với phong bì tiền quyên góp.
Trong sân làng đã lắp đặt phòng hát di động.
Canh thịt dê đen là thức ăn ưa thích
Trưởng thôn bắt nhịp bài hát vang lên theo yêu cầu thính giả
Lời phát biểu chúc mừng đầu tiên và tiền đóng góp cho niềm vui lớn dần lên mãi.
Để đáp lại sự vất vả cả buổi tối của các bà, các mẹ
một con dê nữa được lại được lên thiên đường
bằng một cú điện thoại cầm tay .
Mây trắng bay lừng lơ trên sườn núi
Như có tiếng vọng dội đến từ núi trước mặt,
làm cho cành cây Nu-thi cổ thụ
trên sườn núi Phượng Hoàng làng Bong-seong
lung lay rung động.
Ngày hôm qua, hôm nay, ngày hội ăn uống hạ tuần,

trung tuần, thượng tuần

    Ông anh Hong-sun, nhà cạnh cây Nu-thi từ Daejeon trở về

    đưa đến nào sữa chua, tiền đóng góp cùng bài hát yêu thích

    kéo theo hàng tràng vỗ tay nồng nhiệt

    Một đêm thật đáng nhớ

    Trong trò kéo co va đập của rơm, của gió

    làm cảnh mùa thu vàng như tràn ngập nắng hè nóng bỏng.

우담바라

삼천 년 만에 피울 수 있는 꽃이라서
부처님 몸에서 피어났다고
진짜라고, 가짜라고
진짜도 가짜도 아닌 꽃이 피었지
첫 가을비 오는 날
빈 들에 피어오르는 자옥한 안개
꽃나무도 꽃잎도 꽃 뿌리 없어도
안개꽃이라 모두 다 좋아해서
빗소리 들리는 창밖
흐릿한 산봉우리 올려다보며
이런저런 생각을 하다
그냥 눈물 글썽해져서
모든 것 다 좋아하자고
나무 끝 이슬방울 뭉쳐져 마음속 뚝 떨어지면
그 꽃이 정말 우담바라라고
무색 하늘 빈 허공에 반짝이는 별꽃도
우담바라라고
그럼
절제된 완성이 되면
마하반야

Hoa Ưu Đàm

Là loại hoa sau 3 nghìn năm mới nở
nên đồn rằng hoa từ thân thể Phật nở ra
Là thật, là giả
Dù là hoa thật hay giả thì vẫn nở mà
Ngày mưa thu đầu tiên rơi xuống
sương mù dày đặc bay trên cánh đồng hoang
Dù không có cây hoa, lá hoa, hay rễ hoa
chỉ có hoa sương mù thì tất cả đều lấy làm thích thú
Nghe tiếng mưa rơi ngoài cửa sổ
nhìn lên đỉnh núi ảo mờ
mông lung ngàn suy nghĩ
Cứ thế nước mắt rưng rưng
Lòng tràn ngập yêu thương tất cả
Mọi sự vật tất cả đều tốt đẹp
Giọt sương đọng lại dưới cây cối bỗng rơi xuống lòng mình
Cũng có thể xem đó chính là hoa Ưu đàm rồi đó
Hoa sao lấp lánh trên hư không, trên bầu trời không màu
cũng cho là hoa Ưu Đàm
Thế thì
nếu đạt được sự hoàn hảo tuyệt vời
chính là Mahabanya*

* Tâm kinh trong Phật giáo. Có nghĩa là "không có gì" (TG)

꽃

이제 꽃 앞에 서면
그냥 웃어야지
눈웃음 향 퍼지는
꽃나라 그곳에 가면
어떤 의미로든 '척'하지 말고
하얀 얼굴 붉은 얼굴
그들로 하나 되어
아무런 말 없이 들뜬
쿵쾅거리는 가슴
진정시켜야 한다

Hoa

Khi đứng trước bông hoa
cứ thế ta cười vui
Đất nước tràn ngập hoa
cho tiếng cười hương ngát
Nụ cười ta chân thật
Khuôn mặt trắng, mặt hồng
tất cả đều đồng nhất
Trái tim ta hồi hộp
khó nói hết thành lời
Ta bình tâm thanh thản.

물꽃 피는 날에는

흐린 물속에서
납작한 잎새를 동그라미로 깔고
물꽃이 허공을 들었어요

우리들의 삶은
때때로 홀로인 것 같아
외로운 마음일 때 많지만
물속의 그림자 꽃 하나 또
여름으로 벌렁 누웠지요

온통 벗으므로 기쁜 계절
물꽃을 보며 긍정의 마음꽃 피우면
풍덩거리는 붕어 소리 곁으로
누군가 다가와 있는 걸 느낄 수 있지요

Ngày hoa sen nở

Trong nước đục
Trải lá dẹt thành hình tròn
Hoa sen đi vào không trung

Cuộc sống của chúng ta
cũng có lúc như cô đơn
Nhiều khi tâm hồn trống rỗng
nhưng hình dáng một bông hoa trong nước
nằm phập phồng suốt cả mùa hè làm hồn ta lay động.

Niềm vui của những ngày hè oi ả
Nhìn bông hoa sen tâm hồn thư thái lạ
Tiếng cá chép quẫy mình êm ả
Như ai đó đang gần bước đến cùng ta

---

* Nguyên văn "물꽃" là Hoa nước, tác giả nói đến hoa sen (TG).

조롱박 터널 길을 걸으면

높푸른 하늘
쏟아지는 햇살 먹고
솜털 부신 얼굴 가을 길 열었네요

마른 몸 더디게
장미 넝쿨 비벼 딛고
살찐 조롱박 터널

그 길을 가만가만 걸어보면
주렁… 주렁… 주렁… 주렁…
스스로 속 비우는 소리 들을 수 있었지요

Nếu đi bộ trên con đường hầm Jo-rong-park

Bầu trời bát ngát cao xanh
Làm cho tia nắng lan nhanh sáng bừng
đường thu rộng mở tơ vàng…

Tôi theo dây hoa hồng
đường hầm Jo-rong-park rộng lớn
thân thể khát khô, bước đi chầm rãi

Cứ lặng lẽ lặng lẽ trên con đường này
Từng bước chân nghe trống ngực phập phồng
Ju-ryong--- ju-ryong--- ju-ryong…

두꺼비

장맛비가 진행 중입니다
간간이 나타나는 햇볕에 잠자리 떼
여름 폭격하던 날 밤 불빛 창문 옆으로
두꺼비 왔었지요
급해도 달리지 못하는 양반 두꺼비
당당히 걸음 멈춰 서서 눈알로 못 박고
빗소리에 귀까지 막혀서
누가 옆에 온 줄도 모르고
불빛에 눈먼 불나방을 잡아먹고 있었지요
싸낙배기 발발이 언제 나올지 모르면서
어쨌든 바보 된 두꺼비의 혀는 바쁘기만 합니다
장맛비 오던 밤 두꺼비
그러다가 사진 몇 장 찍히고
풀숲으로 던져진 두꺼비 또 돌아와서
또다시 어둠 숲으로 돌려보내진 복두꺼비

Chuyện về Con cóc

Trong mùa mưa
Đàn chuồn chuồn thỉnh thoảng xuất hiện trong ánh nắng mặt trời
Vào cái đêm mà ngày hè dữ dội bên cửa sổ có ánh lửa
có con cóc nhảy đến.
Chú cóc thượng lưu năm nay cũng không chạy được
dừng bước chân nghênh ngang, đứng lại, đôi mắt trừng trừng
Vì tiếng mưa ngăn cản đôi tai không nghe được
ai đến bên cạnh, cả hai cũng không hay
cứ bắt chú bướm vẫn mù mắt để ăn trong ánh lửa.
Không biết đôi chân hung dữ thò ra lúc nào
Lưỡi của con cóc ngốc nghếch chỉ biết ngấu nghiến vội vàng.
Cứ như vậy chụp mấy kiểu ảnh
Con cóc trong cái đêm mưa của mùa mưa vừa đến
Con cóc bị ném vào lùm cây cỏ, lại quay trở lại
Rồi tôi lại đưa nó trở lại lùm cây rậm rạp!

대천동 오동나무

푸름을 먹고 일어서야 하는 너
몸 묶어 기둥 만든 것 누구냐
탈춤 없는 부동의 모습으로
천막 쪼가리 한몸되어서도
찌푸릴 수 없는 얼굴
변함없는 몸짓
바람 찬 겨울에도 떨어지지 않는
또 한 번의 가을이 오면
송아리 진 방울 소리
봉황산 봉황은 무한한 날갯짓으로
웅성웅성 널 찾아온다

Cây ngô đồng ở phường Dae-Cheon

Ăn màu xanh mà đứng lên
Ai là người sẽ dùng thân cây làm cột
Bằng hình dạng đứng yên vững vàng
Dù chỉ có lúc như một mảnh lều yếu ớt
gương mặt vẫn luôn tươi vui
cử chỉ không thay đổi
Trong mùa đông giá lạnh vẫn vươn mình chịu đựng
Khi mùa thu đến
lại nghe tiếng rủ rỉ côn trùng
Phượng hoàng trên núi giang đôi cánh to lớn
ồn ào bay đến cùng cây.

봉성리 느티나무

거지 옷 걸친 속 빈 알통 몸뚱이
깡마른 팔 벌려 찬바람 안고
잎새마다 칼 톱날 돋아
흔들림 소리는 달을 쪼갠다

해마다 한 번씩은
북 장구 꽹과리, 막걸리
사방팔방 발등에 뿌려 마시고도
올 것은 왔다

이름 잊은 태풍에 내던진 반쪽
당당히 버티어낸 다른 모습
부끄럼 없는 오백 년
놈은 뭐든지 알고 있다

Cây Nu-thi ở làng Bong-seong

Trong cái áo ăn mày che thân thể cơ bắp trống rỗng
Cánh tay đen ôm vào lòng làn gió lạnh thổi qua
Mỗi lá vươn ra như lưỡi cưa dao cắt
Tiếng lay động rì rào lay động cả vầng trăng

Mỗi một năm cứ thế một lần
Trống. cồng. chiêng.cùng rượu gạo Makali
Tưới dưới "bàn chân" khắp tám hướng tứ phương
Tất cả dân trong làng đều tụ trung hưởng thụ.
Trong cơn bão lớn năm nào, không còn nhớ nữa
vẫn đứng vững oai nghiêm chống chọi đất trời
Đã năm trăm năm luôn hiên ngang không xấu hổ..
Nó là gì mọi người đều biết tuổi biết tên.

* Cây Nu-ti ở làng Bong-seong, vùng Bong-hwa, tỉnh Gyung-sang-buk

갯벌

모든 준비를 철저히 해야 한다
모자 장화 호미 그릇
승용차로 트럭으로 버스로
우르르 몰려와
물 밀어낸 뻘밭으로의 돌격
사방으로 흩어져 진흙 뻘 뒤지기
잡것들을 잡는다
입 다문 납작한 것들
옆으로만 가는 것들
숨구멍 내고 숨은 물컹한 머리 까진 것들
토박이 아저씨가
삽자루 마술을 부리는 해안 갯벌
저기 하얀 소리들이 몰려와
잠깐 열린 오늘 문을 닫는다

Bãi lầy

Mọi dụng cụ được chuẩn bị sẵn sàng,
Nào mũ, nào dày ủng, nào cuốc xẻng, bát đĩa
Tất cả ao ào kéo đến
bằng xe con, xe tải, xe buýt..
Nhanh chân đến vùng đầm lầy cạn nước.
Tỏa ra bốn phương tìm kiếm
Bắt tất cả các loài có được.
Những loài dẹt tròn ngậm miệng
Cả cua còng, loài chỉ biết bò ngang
Những loài thóp nhô ra, đầu dấu kín mềm mang
Những người dân trong làng
trong thời gian cửa đầm lầy mở ra ngắn ngủi
Dùng ma thuật của người vùng bờ biển
cùng tiếng sóng biển ập vào, đánh bắt liền tay.

시골 밤

초청장 없음
때 : 여름 5월 밤

어설픈 개구리 합창
휘파람새의 앙코르

고정된 조명 아래
오늘 태어난 하루살이
날갯짓 서툰 아기 나방
이름 모를 풀벌레 모여들며

철 옷 입은 집게벌레
무질서를 바로 잡지 못하고
둥근 달님 떠오르면
별님은 깜빡깜빡
열린 무대 있었네

끝내 언제 떠난 지 모르는
뻐꾸기는 오지 않고
모깃불 옆 맷방석에서 먹던 뚜덕국 수제비
별똥 폭죽되어 저쪽으로 떨어진다

Đêm thôn quê

Không giấy mời
Thời gian: Đêm tháng 5 mùa hè

Bản hợp xướng đàn ếch vụng về
lặp lại giữa âm thanh tiếng sáo

Dưới bóng đèn đứng im
Chú bướm con mới nở một ngày hôm nay
vụng về vỗ cánh
tụ họp những chú sâu cỏ không tên

Chú bọ dừa mặc áo sắt
đi đứng nghênh ngang vô trật tự
Khi cô trăng mọc lên
Anh sao nhấp nha nhấp nháy
Một sân khấu nhộn nhịp mở ra

Cuối cùng anh chim cu
đã không đến
vì quên giờ xuất phát
Canh bột mì vừa ăn
đặt bên cối đá, cạnh đèn đuổi muỗi…
Sao băng biến thành pháo hoa rơi ở phía xa kia.

호박

못생긴 호박꽃이
수풀 속에 알을 낳았다

밀가루 수제비 애호박
그리고 시간이 흘러
진짜 알을 낳았다

껍질이 질길 것 같은
쉽게 깨질 것 같지 않은
속이 꽉 찬 노오란
늙은 알을 낳아
수풀 속에서 뒹굴리고 있다

Bí đỏ

Hoa bí không đẹp
Ra quả trong bãi cỏ

Canh bột mì quả bí non
Cùng thời gian trôi đi
Sinh ra quả bí thật

Vỏ dai
không dễ gì đập vỡ..
khi quả chín già
ruột màu vàng óng
Lăn lóc trong bãi cỏ

그림자

달 뜨는 밤
스치는 바람결에 별빛 보며 걸었네
외로움 쌓이는 길
넘어져도 따라 눕고
잰걸음 내달려도
거인 되어 앞서가는 버릴 수 없는 인연

Bóng hình

Đêm có trăng

lang thang rảo bước, nhìn làn gió lướt qua

Con đường chất chồng cô đơn

Dù có ngã, cũng theo đó mà nằm xuống

Bước chân dù nhanh gấp

cũng không thể đi lên phía trước, qua bóng người khổng lồ.

얼굴

어느 날
크고 작은 의미 없이
그냥 보고 싶다

그래서
언젠가는 꼭
만날 것 같다

Gương mặt

Một ngày nọ

cứ vậy nhớ mong

không cần biết nỗi lòng sâu cạn

Cho nên

đã đi thì nhất định

có lúc sẽ gặp được mà thôi.

신비의 여인

하루에 두 번 사랑을 하지
새벽 아침
어둠 오는 저녁녘
빠알간 얼굴로
눈부셔 뜨거운 임 얼굴은 일출
부끄러워 돌아눕는 일몰
달밤 지새는 계곡
사랑 소리는 촛불의 노래
별 꽃피워 아름다운 밤
한 번도 변함없는 여인은
사랑의 날들을 가꾸어
대지에 꽃을 피우고
또 사랑을 해 열매를 맺고
온 천지 끝없는 생명을 낳아
태초에 정해진 그 자리에서
옷 다 벗고 잠들었어도
신비의 여인
그 이름을 우리는 산맥 여인이라 부른다

Người phụ nữ thần bí

Một ngày yêu hai lần
Sáng sớm tinh mơ
Buổi tối, khi đêm đến
Bằng gương mặt màu hồng
Gương mặt người yêu sáng chói ấm áp là mặt trời đang mọc
là kiệt tác nằm úp ngược thẹn thùng
là thung lũng khi rạng đông của đêm trăng
Tiếng nói tình yêu là bài hát cùng ngọn nến
là đêm đẹp như hoa của ngôi sao nở
Người phụ nữ không một lần biến đổi
chăm chút từng ngày yêu đương
làm nở hoa trên đất
Yêu đương kết thành quả ngọt
sinh ra cuộc sống trường tồn trên trời đất
ở đó đã từ thời thủy tổ
lột bỏ áo quần dù đã vào giấc ngủ
người phụ nữ thần bí
cái tên đó, ta vẫn gọi là người nữ của núi rừng.

공룡을 찾아서

밤낮없이
사방에 불길 치솟고
번갯불 하늘 찢어
날개도 없이
뜨거운 불구덩이
네 발로 엉금엉금
세 발로 모가지 쳐들고
두 발로 넘어지듯 뛰어간 그 발자국
파도치는 바위를
새까맣게 기어 덮은 바다 벌레와
붉은 발가락 게가 기어간다

백악기
지층 드러난 바다에서 형체 없는 너를 찾아
너의 흔적 위에 두 발 두 손을 기어 저…
몇백만 년 전 그 속으로 뚝 떨어져
손짓 발짓
발가벗겨진 미물들을
바다 벌레가 마구 주워 먹고
붉은 게 발이 동굴 속으로

Tìm về với thời Khủng long.

Suốt ngày đêm
bốn phương ngọn lửa nổi lên
Ánh chớp xé trời cao
Không cánh
mà đám cháy nóng bỏng
lê lết bằng 4 chân
Cổ vươn cao lên bằng 3 chân
Dấu chân ấy chạy nhanh như sắp ngã bằng đôi chân
Sâu biển bò đen ngòm
Phủ trên đá sóng biển vỗ vào
Cùng với cua chân đỏ bò đi

Trở về kỉ đá vôi,
Tìm em, đâu còn hình dạng hiện ra trên biển địa tầng
Hai tay hai chân bò trên dấu vết của em..kìa
Đã rơi xuống đó mấy vạn năm về trước.

Vung vẫy tay chân
nhặt vội vàng những sâu bọ biển
bé nhỏ trần trụi mà ăn.
Cua đỏ chạy trốn vào hang đá.

낚시

돌 구른 강가
온종일 앉아서 생각하면
깊을수록 안 보여
그 속에 별별 것 다 들었다

이젠
사람들도 다 알아
그 속에서 건질 것이
피라미나 메기 따위가 아니라는 걸

허탕
빈손에 술만 걸치고
엉뚱한 것 건졌어도
이젠 아무도 뭐라 하지 못한다

Câu cá

Bờ sông đầy đá
Ngồi suốt ngày mà suy nghĩ
Càng sâu càng không thấy
Dù từ dưới đáy sâu nghe rõ hết mọi điều

Bây giờ
mọi người tất cả đều biết
vật bắt lên từ dưới ấy
không phải là cá tuế, hay cá trê

Không một con cá nào
Chỉ uống rượu suông vào bụng trống
Dù bắt lên cá gì đi nữa
bây giờ tất cả đều vô nghĩa.

밤낚시

반달이 산등성이 걸쳐진 한밤
바람결 따라 수많은 별들이
수초 속에 떨어져 아래위로 흘러갑니다
밤하늘에 낚시를 던집니다
낚시의 수심 끝이 물속의 반달이 흘러가는 그곳
산등성이 숲속에서 빠가사리 붕어 피라미 메기
물고기를 한 마리씩 건져 올린 밤
수초 사이 별들이 한없이 흐르고 우르륵우르륵
물속 개구리가 반달 삼킨 깊은 밤
새벽녘에 별들을 낚아 올립니다

Câu cá đêm

Giữa đêm khuya, nửa trăng treo trên sườn núi
những ngôi sao theo làn gió thổi
rơi xuống trên bãi cỏ nước chảy long lanh
Xẻ bầu trời đêm, ném mồi câu xuống nước
 nửa vầng trăng trôi theo lưỡi câu lặn sâu đáy nước lung linh.
Đêm nay, bên sườn núi trong lùm cây,
 từng con cá bba-ka, cá chép, cá tuế, cá trê được bắt lên
 Giữa đám cỏ nước những ngôi sao trôi đi vào phương vô tận
 Những con ếch trong nước ngậm nửa vầng trăng khuya khoắt,
 Sáng sớm bình minh những ngôi sao vương câu lấp lánh.

그대에게 가는 길

그대에게 가는 길
둥굴레 바퀴 꿈 굴리며
서해의 푸름 한 짐 매달고
갈매기 노래 부르며
금강 거슬러 한금령 지나 달래강 너머
이슬길 더듬는 나그네

충주호 뱃놀이 단양팔경 흥겨운 날
마늘 축제 마늘 아가씨
하늘 폭죽이 터져
꽃가슴도 터져
복사꽃 사랑 그날이 돌아와
가슴 부딪는 북소리
그 소리에 젖어
그대들의 바다를 헤엄쳐 봅니다

Con đường đi đến người yêu

Con đường đi đến người yêu
giấc mơ bánh xe ngọc trúc lăn
biển Tây xanh ngời một gánh trên vai
chim hải âu cất vang bài hát
Ngược sông Gum qua Hangum-ryung rồi sông dallae
khách lữ hành dò dẫm trên con đường sương gió

Ngày rong chơi trên du thuyền hồ Chung-ju
tám cảnh vùng Dan-yang vui thú
Thăm quan lễ hội tỏi cùng cô gái tỏi
Pháo trời nở tung
hoa vỡ tung lồng ngực
Ngày trở về cùng lễ yêu hoa đào
tiếng trống đập dồn lồng ngực
 Trong tiếng tươi vui ấy
ta bơi trong biển cả của những người đang yêu.

아침 길

아미산 보령댐의 백로가 물안개를 가르고
곰재 너머 수문 아래로 매바위 스쳐 오르면
돌 다듬는 조각 소리의 웅천을 지납니다

무창포 한 바퀴 돌아 나오면 외로운 석대도
방조제 꽃길 따라 창문 열어 맞이하는
갈하늘 갈바람 갈내음 갈사랑을 달립니다

대천 해수욕장
하늘 빠져 푸른 바다
여름 뒤엉킨 발자국의 백사장
한적한 곳, 출렁이는 다보도를 등짐 지고

어둠 지킨 등대선 어항의 삶 소리 잦아드는
뱃고동 소리의 아침 찍어 올리는 새무리
해변도로의 썰물 바다에
또 다른 밀물의 시작이 오고 있습니다

Con đường buổi sáng

Đàn cò trắng trên đập Bo-ryung núi Mi-san xẻ làn sương
 bay qua Gom-jae xuống cống nước, lướt qua tảng đá chim ưng
 qua Ung-cheon có tiếng điêu khắc trên đá.

Quay về tảng đá ở bãi biển Mu-Chang-po đến đảo Seok-dae đơn độc
 Theo con đường hoa Bang-jo-jae, sẽ mở ra cảnh đẹp
 trời thu, gió thu, hương mùa thu, và tình yêu mùa thu

Bãi biển Dae-cheon
Biển xanh lẫn vào bầu trời
Bãi cát trắng in những dấu chân mùa hè nhảng nhịt
Nơi yên tĩnh, đeo trên lưng đảo Da-po dập dồn.

Đàn chim bay lên xé tan buổi sáng có tiếng còi tàu
 đang lan dần tiếng động cuộc sống của cảng cá bên sườn núi trong bóng tối

Trên biển, thủy triều xuống trơ dài bờ biển
Rồi đợt thủy triều lên lại ào ạt trắng bờ.

제2부. 무지개 내리는 바다

PHẦN 2. Biển có cầu vồng hạ xuống

무지개 내리는 바다

월척이 밤을 뒤척이고 맞은 새벽입니다
뱃머리 물길을 가르고
어디로 가도 길뿐인 길
어디로 가도 길 아닌 길
그래서 망망한 바다
우리의 인생길입니다

모든 것들 점으로 만들고
깊이도 넓이도 알 수 없어
더욱 망망한 바다에서
황급한 마음 미꾸라지 입속에
뒤집으면 물음표 같은 낚시를 꿰었지오

찌 없는 낚시를 던져 넣고
반복의 팔 흔들어보면
저 아래서 전해오는 손울림
가끔은 작은 우럭도 잡히지만
허탕이 많아 여기저기 바다를 뒤집니다

잡아봐야 우럭, 놀래미 그런 것들 잡겠다고

모자에 구명조끼까지 입고
빈속에 소주 한 컵
안주로 뱃머리 부딪는
무지개를 꿀꺽 마셔

취기가 오릅니다
뒤돌아오는 길에도
흐릿한 물방울 무지개들이
작아진 나를 자꾸 덮쳤지요

Biển có cầu vồng hạ xuống

Buổi sáng sớm làm đảo lộn màn đêm
Đầu tàu rẽ nước êm đềm về phía trước
Đi đâu cũng là đường trên nước
Dù đến đâu đường cũng không phải là đường
Đó chính là biển cả mênh mông
là con đường cuộc sống của chúng tôi

Tất cả đều tạo nên bằng dấu chấm
Không biết được độ sâu và bề rộng
Trên biển cả mênh mang
Trong miệng con cá chạch mắc câu vội vã
nếu lộn ngược lại lưỡi câu xâu sẽ trở thành dấu hỏi!

Ném lưỡi câu không phao xuống nước
Cánh tay rung rung lặp lại lặp đi
Tiếng động từ dưới kia dội đến
Thỉnh thoảng bắt được con cá vược nhỏ
Nhưng nhiều khi tìm khắp nơi trên biển cả cũng vô ích công không

Mong bắt được con ốc, còn cá gì gì đi nữa
Rồi mặc cả áo phao cứu hộ có mũ trên đầu

Đánh ực cốc so-ju vào cái bụng đói mềm
Nuốt chửng cả ánh cầu vồng
đang buông xuống đầu tàu gió lộng

Cơn say ngà ngà
trên đường về nhà
những sắc cầu vồng mang đầy giọt nước ảo mờ
cứ sà xuống, phủ lấy người tôi đang khuất dần trên biển cả.

염주

달마를 손아귀에 넣어 굴리고 있다
제법 익숙해져서
소리도 딱딱거리며
눈알 튀어나온
불로 뜨겁게 구워서 그린
상형문자
왜 아홉 개의 왕구슬을
한 줄에 엮어서 굴려야 하는지
꼭 돌려야만 풀리는지
아직도 몰라서
곡차 연달아 훌짝

Tràng hạt

Đặt Tal-ma vào lòng bàn tay mà quay tròn
Cứ thế quen dần
Tiếng nghe lách cách
Nhãn cầu lồi ra
Nung nóng bằng lửa
Chữ tượng hình vẽ nên

Tại sao lại là chín hạt
Buộc vào một dây mà cuộn tròn
Chỉ có quay thì mới tháo ra được
Còn chưa biết
Rượu uống ừng ực liên hồi.

뿌리

개구리울음 초여름을 떠메고 가는 날
푸름으로 완전무장을 끝낸 산이 침묵합니다
그 침묵 속에는 우리 선조님들의 말씀이
잠들어 계시다 6월이 오면 다시금 돌아오시지요
바쁨의 일상을 살고 있는 우리들은
이맘때만, 아니 이맘때
어느 날만 삶의 여정을 잠시 멈추고
검은색 음막에 저절로 고개 숙여지지요
자리를 잘못 잡아 뿌리째 뽑혀 뒹굴던 숲속에서
그 이름 잊지 않고 홀로 피어난 잎새 큰 오동나무
당당한 모습을 보면서 우리의 조상님들은 어떻게
무슨 모습으로 계실까
다시 한번 생각하게 하는 유월이지요

Cội nguồn

Cái ngày mà tiếng ếch kêu vang suốt đầu mùa hè
Núi rừng im lặng một màu xanh thẳm
Trong sự im lặng đó, lời nói của Tiên Tổ
cứ tháng 6 đến lại quay về, khi chúng tôi đã chìm trong giấc ngủ.
Chúng tôi, những người đang bận rộn công việc ngày ngày
chỉ có vào thời gian này, chỉ vào thời gian này
chỉ ngày đó, tạm ngừng cuộc hành trình của cuộc sống
chúng tôi cứ thế cúi đầu trong tiếng nhạc màu đen.
Trong rừng cây bị nhổ lên do nằm không đúng chỗ
chỉ cây ngô đồng không quên tên có lá to một mình lan tỏa.
Nhìn hình dáng uy phong của cây ngô đồng mà băn khoăn tự vấn
Tổ tiên của chúng ta đã sống ra sao và với hình dáng thế nào
Lại một lần nữa nghĩ về tháng sáu diệu kì.

불꽃샘

심지가 중앙에 박히어
다름을 비출 수가 없습니다
저 아래 촛농강 속에서
흔들리는 것은 바람을 막기 위함이지요
보이지 않는 내음을 먹고 일어나서
어둠이 올수록 맑은 소리로
무언의 마음을 일으키는
고요할수록 주위가 밝아지는
불꽃샘
그 속에 함께하는 기도 소리
그 속에 함께하는 염불 소리
어머님의 바램
촛불로부터의 시작이었습니다

Nguồn lửa

Sợi bấc cắm vào giữa
không thể chiếu dọi xung quanh
Ở đáy nến còn đọng dưới kia
vật đang lay động là ngăn chắn gió
   Thưởng thức hương thơm không nhìn thấy mà đứng lên
   Đêm càng tối càng lặng im,
   Nguồn lửa càng chiếu sáng xung quanh
cho tâm hồn yên tĩnh
bằng âm thanh trong sáng
Trong đó cùng với tiếng cầu nguyện
và tiếng tụng kinh
là ước mơ nhỏ nhoi của mẹ
được bắt đầu từ nguồn lửa

진눈깨비

바람이 차가운 것
산들이 옷을 벗어버린 것
빈 들도 가슴을 연 것 왜인지 아냐고

몸 숨긴 새 생명 씨앗들이
어둠의 대지 위에 드러누워
밤낮 잠만 자는 줄 아냐고

꼭 그렇게 생겨서
언제나 뭉치 속의 이탈을 꿈꿔
투정부리는 어린애였구나

Mưa tuyết

Có biết chăng, tại sao
gió thì lạnh
núi đồi phơi bày không mảnh áo
cánh đồng trống mở toang lồng ngực

Có biết không, tại sao
những hạt giống của sinh mệnh mới dấu mình
nằm yên trên đất đai tăm tối
chỉ ngủ suốt ngày đêm

Nhất định phải thế thôi
  Bao giờ cũng mơ giấc mơ được tách ra khỏi sự bọc bao
  Đúng là đứa trẻ làm nụng!

고인돌

돌아가리
어릴 적 부엉이 울던
말굽내 연 날리던 기억 속으로
나 돌아가리라
걸어서 부모님 따라 장터
가던 그때
시제 떡 나누어 먹던
그 과거 속으로 출발이다
나뭇지게에 고조배기 해서
사랑방 부엌 군불 때고 그랬던
그 아련한 것들보다
할아버지 이야기 그 그 그 그
한 열 번 더 그 옛날 속으로
기역 니은 가 갸 거 겨 넘어
진짜배기 찾으러 가야만 한다

Ngôi mộ đá

Quay về
với kí ức
Ngày còn nhỏ khi chim cú kêu
Diều bay trong móng ngựa (*)
Hãy quay về
đi theo cha mẹ đến chợ
Thuở ấy
đó là nơi xuất phát từ quá khứ
chia nhau ăn bánh gạo theo mùa.
Bới rễ cây chết khô đeo trên vai
nhóm bếp sưởi trong phòng khách
So với cái thời mộng mơ ngày xưa ấy
Thì câu chuyện ậm à, ậm ừ k..k ..k..k nhắc đi nhắc lại của ông
khoảng đến chục lần từ trong ngày xưa
còn kí ức Ka-kia -ko- -kio còn hơn thế nữa
chỉ có tìm về sự chân thật đúng nghĩa mà thôi.

악바리꽃

꽃씨 바람에 날리고
돌보지 않았어

봄이 오고
떡잎은 피워지고
흔들리고 버티어
꽃은 피워지고

바람 찬 겨울 새벽
무서리꽃 또 핀 걸 보고
그 이름을 악바리꽃이라 부르고 싶어
악바리꽃이라 불렀다

Hoa gìn giữ giấc mơ lớn

Hạt hoa bay theo gió
không cần chăm sóc, trông nom

Mùa xuân đến
lá non nẩy mầm
đung đưa chịu đựng
Hoa nở

Sáng mùa đông gió lạnh
nhìn thấy hoa sương đang nở
muốn gọi là hoa gìn giữ giấc mơ
Gọi là hoa gìn giữ giấc mơ lớn.

시인은 가을을 꿈꾼다

알알들이 기대 익는 들녘
오늘을 위하여
게으른 봄을 이기고
내일 생각하여
껍질 벗어버린 바다에서도
시인은 쓸쓸하였다
암벽 두드리는 파도 소리가
기어이 아침 문을 열고
저만치 물러선 파도들의 노래
부숴 부숴 부숴쉬
단단히 뭉쳐진 모래알의 바다를
가을 햇볕들이 굴러다니고 있다

Giấc mơ mùa thu của nhà thơ

Từng hạt từng hạt trên cánh đồng chín muồi hy vọng
Vì ngày hôm nay
mà chiến thắng mùa xuân lười biếng
Nghĩ về ngày mai
Dù trong biển cả trần truồng
nhà thơ vẫn cô quạnh.
Tiếng sóng biển đập vào vách đá
cuối cùng rồi cũng mở cánh cửa buổi sáng bình minh
Bài hát của những đợt sóng lùi về vô tận
Bu-xuy, bu xuy bu xuy xuy⋯
Những tia nắng mặt trời mùa thu lăn lóc
làm những viên cát trên biển kết liền rắn chắc cùng nhau.

바람의 일체

너의 얼굴은 파도야
하늘 흐르는 구름이야
태풍 계곡 지난 강물이야

아니야
눈 찢어지고
고요함 속 미소 짓는

틀림없을 거야
물어도 물어도 대답 없는
눈짓도 오라 가라 하지 않는

수평선 타고 앉아
물 파도 장난질 치는
아무나 만날 수 없는 그 얼굴이야

Sự nhất thể của gió

Gương mặt của nhà ngươi là sóng
là mây bay trên bầu trời
là nước sông chảy qua thung lũng Thái phong (*)

Mà không
Mắt ngươi bị rách
nụ cười trong im lặng

Đúng là
hỏi rồi hỏi vẫn không thấy trả lời
nhấp nháy mắt vẫn không một lời mời đi mời lại

Cười lên đường chân trời
là gương mặt không ai gặp được bao giờ
đang nô đùa cùng sóng.

* Bão từ Thái bình dương vào vùng Đông Á HQ- Nhật Bản..
  trong khoảng tháng7-9 hàng năm.

아버지의 가을

벼 이삭 고개 숙이며 여름이 간다
온통 푸른 하늘 바다
밤이 오면 빛나는 것들이 있다

보름달
어찌 그리 둥그런지
바람이 세수하고 구름이 화장한 얼굴보다
저… 각진 별들을 본다

약 일억 개의 별
별강은 흐른다
새 이름 탄생하고 스러지고
그런 것 관찰하러 막내둥이 밤길 먼저 간 날
홀로 앉아 하늘을 본다

달 무지개 사이로
막내 아직 못 볼 것들이 보이고
눈 감으면 또 보여 산봉우리 떼 지어 찾고 있을
아이들의 별들을
내 먼저 훔쳐보고 있었지

Mùa thu của Cha

Bông lúa cúi xuống mùa hè qua đi
tất cả biển trời xanh ngắt
Đêm đêm mọi điều rực sáng hiện lên

Trăng rằm
sao mà tròn đến vậy
Gió làm sạch không gian,
Cha không nhìn mây đang hóa trang
Mà nhìn lên kia—những ngôi sao vuông vắn

Gần một trăm triệu ngôi sao
sông sao đang chảy
Cái tên mới sinh ra rồi lại biến mất
để ngắm nhìn, dõi theo điều đó
cái ngày đứa con út đi trước trong đêm
cha ngồi một mình nhìn lên bầu trời

Giữa trăng và cầu vồng
bỗng thấy đứa con út còn chưa tìm được
cứ nhắm mắt vào lại hiện dần lên
những ngôi sao của con cái
trên đỉnh núi
mà tôi nhìn thấy trước.

가을 강

하나인 줄 알았는데
모두가 둘이었네

큰 산을 뒤집어서
하늘도 아래 두고
큰소리 있겠으냐

돌에 앉아 백로는
제 얼굴을 비추는데

마음을 가다듬어
강둑길 걸어보면
넘쳐나지 않는 것을 귀뚜라미 시샘하네

Sông mùa thu

Tưởng chỉ là một
mà tất cả là hai

Lật ngược cả núi cao
đưa cả bầu trời xuống dưới
Sao mà gào thét được

Cò trắng ngồi trên tảng đá
soi gương mặt chính mình

Lấy lại tinh thần
khi đi qua con đường bờ đê
chú dế ghen tị không làm sao vượt qua cho được.

겨울 까치

기찻길 옆 앙상한 가지 위
감나무 이층집
바람 찬 철탑
눈보라 꽃 피는 삭정이 집에서
떠나지 못했지
겨울 아침
어둠 헤친 날갯짓
상쾌한 목소리
그 노래 제목은
나는 철새가 아니라고
노랫말은
그래서 떠나지 않는다고
까악 깍 깍깍깍

Chim khách mùa đông.

Trên cành khô, cạnh đường tàu hỏa
ngôi nhà gỗ hai tầng
tháp sắt lạnh gió.
Trong nhà cây khô có hoa tuyết nở
nó không thể rời đi
Sáng mùa đông
rẽ bóng tối, cất cánh bay lên
tiếng kêu sảng khoái
Đầu đề bài hát đó
cho hay nó không phải là chim di trú
Lời bài hát
vì thế luôn ám ảnh
Qua-ăk qua-ăk quác-quác-quác.

가을 이야기

물 흐르는 개울가
숲길에 앉아 있지요
낙엽 하나 툭 떨어져
떨어진 낙엽 위에 업혔지요
물소리 듣다가
물 흐르는 것도 아래로 업히어 내림을 보았지요
세상의 모든 것 업히고 업어주고 그렇게 사는 것이어서
낙엽이 떨어져 업히고
물소리가 업히고
새소리 겹으로 업혀 노래하는 하늘
흰구름들도 업히어 푸른 하늘 걸어갑니다
물결 흔드는 바람길 숲엔
우수수수
새소리 물소리 바람 소리 구름 하늘 걸어가는 소리
낙엽들은 벌써 겨울을 덥고 있었지요

Chuyện mùa thu

Con suối nhỏ đang chảy
nằm cạnh con đường rừng
Một chiếc lá khô rơi xuống
Suối cõng chiếc lá chảy đi
Đang nghe tiếng nước
Nước đang chảy cũng cõng nhau xuống dưới
Tất cả trên thế gian dựa vào nhau cõng nhau mà sống
Lá khô rụng xuống được nước cõng đi
Tiếng nước cũng cõng nhau theo dòng chảy
Bầu trời hát cùng tiếng chim hót tạo nên giọng song ca
Mây trắng cũng được cõng trên trời xanh mà chuyển động
Sóng nước dập dờn trong rừng gió thổi
Usu sus u su..
Tiếng chim, tiếng nước, tiếng gió, tiếng mây trời chuyển động
Lá khô đã phủ khắp mùa đông.

여름 계곡

깊은 산중
숨 멈춘 고요한 하늘
새소리 실은 바람
누더기 나뭇가지에 걸고
헛손질 헛발질
또 그 모습
되돌아온 그날에도
변함없는 무색 얼굴
돌 다듬는 물소리
너에게로
나를 담근다

Thung lũng mùa hè

Trong núi sâu
Bầu trời lặng yên nín thở
Gió mang theo tiếng chim hót
Mảnh áo rách treo trên cành cây
Tay chân khua khoắng
Rồi, dáng điệu ấy
Dù trong ngày quay về ấy
gương mặt ngượng ngùng vẫn không thay đổi
Tiếng nước chảy qua đá
Anh ngâm mình
trong em

가을 오는 여름밤

풀섶에 앉았다
고요한 속에서
귀뚜라미와 여치의 노래가 있습니다
귀뚜르르… 찍
귀뚜르르… 찍
찍… 귀뚜르르
찍… 귀뚜르르
아무것도 생각할 수가 없습니다
노래만 불렀습니다
귀뚜르르… 찍
귀뚜르르… 찍
더욱 깊어가고 있는 밤
가을 오는 여름날 귀뚜라미는
밤을 지켰습니다

* 귀뚜라미 : 귀뚜르르…
* 여치 : 찍…

Đêm mùa hè nghe tiếng mùa thu

Ngồi trong bãi cỏ
giữa lặng im
Ngân lên tiếng hát của dế và châu chấu
Qui tu ru ru⋯ Chik
Qui tu ru ru⋯ Chik
Chik⋯ Qui tu ru ru
Chik⋯ Qui tu ru ru
Không thể suy nghĩ được điều gì
chỉ bài hát vang lên
Qui tu ru ru---Chik
Qui tu ru ru---Chik
Đêm càng khuya khoắt
Chú dế ngày hè
giữ cho đêm có tiếng mùa thu đang đến

* Dế: Qui tu ru ru⋯
* Châu chấu : Chik⋯

제3부. 부부 일기
PHẦN 3. Nhật kí vợ chồng

봄 · 1

시 한 편 써
바람에 날려 보내리
첩산 새 울음
올림마다
그대 목소리
묘 마당 잔디 누워
그러다 심심해지면
안개 산 너머
흐린 그 얼굴
잠들어
바람 타고 봄 오겠네

Mùa xuân · 1

Viết một bài thơ
gửi bay theo gió
Tiếng chim hót từ dãy núi điệp trùng
Mỗi một tiếng hót vang lên
như giọng của người yêu dấu
Tôi nằm trên cỏ vàng sân mộ
để rồi khi buồn chán
bên kia dãy núi mù sương
gương mặt em chập chờn
trong giấc ngủ.
Mùa xuân theo gió đến

봄 · 2

일어서야 한다
눈꺼풀 밀치고 고단한 몸 일으켜야 한다
빗소리의 새벽
응달 계곡 찬 얼음 깨지는 날
모락모락 군불로 더운물 데워야 한다

소리 없는 빗물 고여
어둠 속의 잔뿌리까지도
마른 목 축여 푸른 깃발 준비해야지

아지랑이 아름한 날 산고사리 얼굴 들면
아직 보내지 못한 어둠 향해
불화살 날리는 날

이 산 저 산 진달래 불타오르면
또다시 새살 돋는 소리
안개 속에서 시끄러워야 할 것이다

Mùa xuân · 2

Phải dậy thôi
Mi mắt nhắm vào nhau phải đánh thức tấm thân mệt mỏi
Buổi sáng có tiếng mưa rơi
Ngày mà băng giá trong thung lũng đang tan
Phải đun nóng nước bằng lửa ấm bốc hơi ngun ngút

Nước mưa ngưng tụ không một tiếng động
Đến những chiếc rễ nhỏ trong đêm tối
cũng thấm ướt cổ họng khô bằng giấc mơ xanh.

Ngày xuân sáng chói ngọn dương xỉ rừng vươn cao
Ngày mà mũi tên lửa bay lên
tìm về nỗi đau còn lại trong tâm hồn

Khi hoa chin-tal-le nở khắp nơi trong rừng núi
Lại cả tiếng cây cối mọc làn da non
Trong sương mù cảnh vật cũng ồn ào náo nhiệt.

길

생각해 보면 살아있음은
언제나 흔들리는 것이다
바람 불면 부는 대로
잔잔하면 고용한 대로
그렇게 그렇게 살아가는 것이지
새순 돋아 푸르른 날
바람에 일어나는 파도타기의 아침
봉우리마다 미소 짓는 새 얼굴들
그 몸 부딪는 것들은 살아있음이라서
우리들은 살아가는 날까지
흔들리며 가야 할 길 스스로 정해
지난날 눈꽃을 녹이며
봄바람에 실려진 그 꽃씨들을
멀리 높이 날리는 것만이
불확실했던 목적이었다 하였어도
어쩌다 그랬다 했더라도
꼭 그것만은 아니었다고
항변하여 묵묵히 걸어가야 한다

Con đường

Nghĩ cho cùng, cuộc sống đã qua
bao giờ cũng là sự chao đảo
Khi gió thổi cuộc đời theo gió thổi
Yên ả cho ta sự yên tĩnh trong đời
Ngày lại ngày cứ thế dần trôi.
Ngày mầm xanh đâm chồi
buổi sáng khi theo sóng nổi dậy trong gió thổi
Những gương mặt mỉm cười trên mỗi đỉnh núi
Những cái đụng chạm thân thể là cuộc sống
Cho nên cho đến ngày chúng ta còn sống
chao đảo định cho ta con đường phải đi.
Những ngày qua, hoa tuyết tan dần
Những hạt hoa được gieo vào trong gió
Chỉ những hạt bay cao, xa khắp đây đó
Dù không có mục đích xác thực rõ ràng
Dù đến đâu cũng đã có con đường để tới
Thì cũng cứ phải lặng yên mạnh mẽ ra đi.

장인 일기

밤새워 부숴
뚝뚝 자르며
툭툭 털어내도 남는 것 많아서
물톱질로 칼질하면 무지갯빛 먼지
또 헛기침
서울 유학 간 아들의 유선 목소리
입 다물어 거칠게 뛰는 맥박
미완성된 작품 한 점
온종일 아내가 반복된 속도로
밀어붙인 희망
석란석
벼루 밑바닥 한쪽 구석으로
지석
음각 낙관 하나가 삐딱하게 찍혔다

Nhật kí của người thợ thủ công

Suốt đêm đe đập
Cưa cắt lách cách
Chải rủ tóe tung mà còn nhiều thứ sót lại
Cứ gọt dũa bằng cưa nước là bụi ngũ sắc như sắc cầu vồng
rồi lại ho hắng giọng,
Nhận tiếng điện thoại của đứa con trai đi học tận Seoul
không nói một lời
Tim nhảy loạn xạ
vì sản phẩm đang giang dở chưa thành
Suốt cả ngày vợ miệt mài lo bút mực
hy vọng vượt qua gian khó cuộc đời
Dùng mực vẽ seok-ran-seok quí giá
Viết vào góc dưới bức tranh
Cái tên Ji-seok*
Tự đóng một con dấu khắc chìm cho mình để lưu danh.

* Ji-seok : Bút danh của nhà thơ Kim Yoo-je

아침을 여는 여자

언제나 먼저 일어나 아침을 연다
불안의 날들
어둠 속에서 개꿈을 몇 자루나 꾸고
현실 같기도 한 대목을 모두 지우고
학교 가는 아이의 뒷모습을 보다가
빨래를 시작한다
어제 세상의 악취가 풍기는 겉옷들을
물속에 담그면서
속옷 털끝에 붙어있는 찌꺼기들을
두 손으로 비벼 빨면서
술에 취해 혀 꼬부라진 술 귀신을 어루만진다
그러다가 여자는 가슴을 열었다
늘 그랬던 것처럼
오늘도 큰 가슴으로 아침을 열었다

Người phụ nữ đánh thức ban mai

Bao giờ cũng dậy sớm để đánh thức ban mai
Những ngày đầy lo lắng
Mơ những giấc mơ vu vơ trong đêm dài thao thức
Tạm quên đi khó khăn hiện tại hàng ngày
Dõi từng bước con đến trường với cái nhìn trìu mến
Rồi quay về bắt đầu giặt giũ liền tay
Nhúng vào nước những chiếc áo khoác ngoài nhàu nhĩ
hôm qua bốc mùi hôi hám,
và những vết bẩn dính vào trong từng sợi tơ áo lót
Tay vò, tay giặt.. liền tay..
Quay vào nhà, xoa dịu con ma men đang líu la lúi lưỡi
rồi mở tung lồng ngực⋯
Cứ như thế mỗi ngày!
Hôm nay lại đánh thức ban mai bằng trái tim rộng mở.

새 아침의 노래
- 2000년 '성주산 해맞이 축제' 낭송시

북을 치리라
둥… 둥… 둥…
땅을 열고, 바다를 열고, 하늘을 열고
무한한 꿈 펼쳐보리라

오라
보아라
어둠 속의 산, 바다, 구름 헤치고
눈부신 꽃으로 피어오르는 일출
연분홍 얼굴로 맞이하여
기원하는 새날의 기대

깃발 나부끼고
금물결 출렁이는 바다
만선의 고동 소리 가득할
만세 보령의 새날

큰 웃음으로 울리는
땅울림의 노래 소리쳐 부르며
새 씨앗 뿌리는 아침

가슴속 북소리 울리는구나

둥둥둥둥 울리는구나
아
새날의 희망이며
새 아침의 기쁨이여

Bài hát buổi sáng bình minh
- Thơ trình diễn trong 'ngày lễ chào mặt trời núi Seong-ju

Hãy nổi trống lên
Tùng··· Tùng··· Tùng···
Mở trời, mở biển, mở bầu trời
Hãy cho giấc mơ vô hạn nở tung ra

Hãy đến đây
Hãy nhìn xem
Núi, biển, mây trong đêm tối tung lên
Mặt trời mọc bằng hoa lóa mắt
Đón chào gương mặt ửng hồng
Sự mong đợi ngày mới khởi đầu

Cờ tung bay
Biển sóng cuộn long lanh ánh vàng
Ngày mới ở Bo-ryong vạn tuế
Tràn đầy tiếng còi tàu đầy cá

Bài hát trong lòng đất rung lên
Vang lên bằng nụ cười sảng khoái
Buổi sáng gieo hạt
Tiếng trống ngực vang lên kia kìa

Tiếng tùng tùng tùng tùng vang dội quá
A!
Hy vọng ngày mới
Niềm vui buổi sáng bình minh.

새날의 소망
- 보령시 2002년 송년 축시

지평선 너머 아스라이 봄날처럼 온다
물결 번져 파도 된 겹침으로도 다가온다
한 울림으로 부르는 소망 소리 울리면
어둠 딛고 떠오르는 일출같이
온통 흰색으로 밝아와야 한다
만세보령의 새날에는
이제 어둠은 가라
아픔도 슬픔도 성냄으로 가라
오직 기쁨만이 이루어질
희망의 신새벽이 오면
새로운 빛 넘치는 서해의 가슴 열어
벅참만을 여닫을 새아침 맞이해야 한다
아…
저 멀리서 보이지도, 소리도 없이
찾아온 그것들이
방금 우리들의 가슴에 도착했구나
우리는 모두 일어서서 소리쳐야 한다
계미년 새날에는
온 하늘 새 생명으로 가득한 양떼구름들이 몰려와

웃음소리 가득한 만세보령이 되어야 한다
웃음소리만이 가득한 만세보령이 되어야만 한다

Ước mong ngày mới
- Thơ tiễn năm cũ 2002 thành phố Bo-ryeong

Qua đường chân trời xa xôi ngày xuân đã đến
Sóng nước trải dài dồn dập dâng tràn
Khi âm thanh ước mong vang động
vượt qua bóng tối như mặt trời bừng lên
tất cả rực một màu trắng bạch
trong ngày mới của Bo-ryeong vạn tuế
Bây giờ thì bóng tối hãy biến đi
Nỗi buồn và niềm đau hãy biến đi cùng giận dỗi
Khi bình minh mới của niềm hy vọng
được tạo nên chỉ có niềm vui ào đến
mở cả lồng ngực cả biển Tây tràn đầy ánh sáng mới
Ta chào đón buổi sáng mới mẻ đang mở ra đầy xúc động
A!
Những điều từ xa xôi không tiếng động
Những điều không nhìn thấy đang tìm đến
đã tràn vào lồng ngực của chúng ta đây rồi
Tất cả chúng ta hãy đứng lên mà hát vang trời
trong ngày mới năm Quý Mùi
Những đám mây như đàn cừu trên tất cả bầu trời
hãy tụ lại bằng sinh mệnh mới

Phải trở thành tiếng cười đầy ắp Bo-Ryeong vạn tuế

Chỉ có trở thành tiếng cười đầy ắp Bo-Ryeong vạn tuế mà thôi.

삼 형제는 석수장이

삼 형제
삼 형제는 석수장이
차례대로 된 석수장이
조각가 건축가 시인 공예가
석수장이 삼 형제의
소리 없는 강은
가공을 거부하는 자연석
자주 연락도 없고
만나서 술 먹는 날 드물어도
형제의 강은
서울에서 시골로
시골에서 서울로
고요히 고요히 흐르고 있다

Ba anh em thợ khắc đá

Ba anh em
Ba anh em thợ khắc đá
Người anh lớn gặp đá
theo thứ tự trở thành thợ đục đá
Nhà điêu khắc, nhà kiến trúc, nhà thơ, nhà mỹ nghệ
Ba thợ đục đá- ba anh em
của dòng sông yên tĩnh
Là đá tự nhiên không thích gia công.
Họ không thường xuyên gặp nhau
Ngày uống rượu với nhau không nhiều
Mà dòng sông của tình huynh đệ
từ Seoul về nông thôn
từ nông thôn lên Seoul
luôn chảy êm đềm yên ả.

비밀

해 : 난, 혼자서도 외롭지 않고
달 : 넌, 어둠 속의 친구이고
바람 : 그대는, 지나가고 또 오고
별 : 당신은, 5각의 하늘 꽃이면
산 : 난, 옮길 수 없는 진실이지

Bí mật

Mặt trời : Tôi, dù một mình cũng không cô đơn
Trăn g : Chú mày, là bạn bè của bóng đêm
Gió : Đằng ấy, dù có đi qua rồi sẽ quay trở lại
Sao : Anh, là bông hoa trời 5 cánh
Nú i: Tôi, tất nhiên là sự chân thật không chuyển dời

석인

구름 가고 달이 가고
별이 뜨고 별이 지고
바람이 불고 바람이 자고
변함이 없네

꽃이 활짝 하늘을 보고
풀벌레가 울고 웃고
산새 들새 날아가 모두 변했어도
변함이 없네

옷을 입고 옷을 벗듯이
계절이 오고 가고
비 내리고 눈 내려
아침이 오고 어두운 밤이 왔어도
변함이 없네

Tượng người bằng đá

Mây vần trăng chuyển
Sao mọc sao mờ
Gió qua gió lại
Vẫn không đổi thay

Hoa nở rỡ nhìn bầu trời
Sâu cỏ vui buồn nỉ non
Chim trên rừng, trên đồng
dù có bay đi đây đó
vẫn đứng đó lặng yên
vẫn không chút gì đổi thay

Quần áo có đổi thay
Tiết mùa đi lại đến
Mưa rơi rồi tuyết phủ
Sáng dậy tối lại về
Vẫn y nguyên tượng đá

사랑

1.
유혹은 끝이 없어라
봄 여름 가을 겨울
하늘을 부르는 사랑
계절, 아랑곳없는 애무
바람, 스치 우는 봉우리
안개, 내린 계곡마다
감춰진 비밀 사랑
산맥, 여인은 밤마다 숨을 죽였다

2.
개구리의 노래
풀벌레의 노래로
새들의 노래로
바람을 부르고
안개를 부르고
먹구름을 불러
온 천지 천둥소리의 탄성
사랑의 비가 내린다

Tình yêu

1.
Sự cảm dỗ không cùng
Xuân hạ thu đông
Tình yêu gọi bầu trời
Tiết mùa, sự chiều chuộng vô tâm
Gió, đỉnh núi lướt qua
Sương mù, trong mỗi thung lũng rơi xuống
là tình yêu bí mật bị che khuất
Dãy núi, nữ nhân đêm đêm nín thở

2.
Bài hát của loài ếch
Bài hát của sâu cỏ
Bài hát của loài chim
Hát về gió thổi
Hát về sương mù
Hát về mây đen
Sự rền rĩ của tiếng sấm trên trời đất
là mưa tình yêu rơi xuống.

젓갈

되도록 아기들을 잡아서
소금에 절여
지하 굴속
많은 날 감추어 모양을 냈지
아무나 좋아할 수 없는
초상집 삶은 돼지고기
먹다 체하지 말라고
허리 꺾어져 꼬부라진
새우젓
그 맛을 아느냐고
어린 것들은

Mắm

Bắt những tép tôm bé nhỏ
ngâm vào muối
đặt xuống hầm dưới đất
lưu giữ lâu ngày thành ra chất mắm
Thịt lợn luộc nhà có tang
không ai thích
đừng ăn đầy bụng
nhưng khi có mắm
muối từ tôm con uốn cong mình trong đó
có biết đến vị ngon ấy không
Hỡi các bạn nhỏ của tôi!

산샘

날마다
똑같이 솟는 것이 아니어서
기다림은 늘
가득하길 바라지만
자연의 법칙이 있어
봄 여름 가을 겨울
다르게 나오는 줄 알면서도
넘침만을 기다리지
새 물 쪼아 먹고 비상한 아침
언제나 무색이어서
아무나 퍼먹을 수 있어
어젯밤
별, 바람까지 졸졸거린 산샘
엎드려 꽉 찬 얼굴로
또 수혈을 한다

Suối rừng

Ngày ngày
dòng nước phun lên mỗi khác
Thế mà sự mong chờ
luôn luôn muốn tràn đầy
Nhưng tự nhiên có quy luật tự nhiên
Xuân, hạ, thu, đông nối liền theo ngày tháng
Vẫn biết nước chảy ra mỗi phút giây mỗi khác
mà sao mong luôn muốn được tràn đầy
Sáng sớm chim mổ từng ngụm nước rồi vụt bay đi
Nước cứ thế vô tình
Ai cũng có thể vục lên uống thỏa lòng thỏa dạ.
Đêm hôm qua
suối rừng chảy rì rào cùng sao, cùng gió
Soi mặt mình nhìn xuống dòng suối ấy
uống ngụm nước trong lành nghe máu chảy vào tim.

날밤 새우기

커피 몇 잔 먹고
날밤을 지새우면서
밤 까는 것을 생각하다
모든 깔 것들은 다 까보기로 했다
시간이 자꾸 흘러도 잠은 오지 않고
뒤척이고 뒤척이다가는
이제부터는 본격적으로 까길 시작했다
밤 까고
호두 까고
게 껍데기도
그리고
호박씨에 부정의 머리통까지, 그러고 나니까
슬슬 잠이 오고 있었다

Thao thức thâu đêm

Uống mấy ly cà phê
thức thâu đêm
suy nghĩ về đêm đảo lộn
Tất cả những thứ ngược đời đã đổi thay tất cả
Thời gian cứ trôi đi, giấc ngủ vẫn không thành
lăn lóc trăn trọc mãi
Từ bây giờ thực sự
bắt đầu đảo lộn
Hạt dẻ vỏ vào trong
Quả óc chó ruột ra ngoài vỏ
Cả cái mai cua lộn ngược
Và
đến cả cái đầu bất thường trong hạt bí, và rồi..
tôi từ từ chìm vào giấc ngủ

산과의 대화

무한한 잠재력
꿈을 꾸는 대지
누가 뭐라 하든
할일은 하고 마는
길게 누워 우뚝 선 봉우리
용이 되고 곰이 되고 말이 되어 뛴
끝이 없는 도전

예쁘기도 하여라
병풍석에 떨어지는 폭포
여성을 상징하고
남성을 상징하고
묵묵한 그에게서 들을 수 있는 말
먼저 던져 화답하는 메아리
당신의 목소리에 게으른 잠을 깼습니다
사람을 가꾸는 것은
당신을 가꾸는 것과 같다는 것
말없음이여!
당신이 돌아눕지 않는 한
나도 그대로이고 싶습니다

Nói chuyện cùng núi

Tiềm lực vô biên
Vùng cao nguyên lồng lộng
Ai có nói gì đi nữa
việc phải làm không thể chối từ
Trải rộng dài, đứng cao sừng sững
thành rồng, thành gấu, thành ngựa nhảy tung tăng
vững vàng mọi thách thức

Đẹp đến tận vô cùng
Thác nước rơi theo đá bình phong
là tượng trưng cho phụ nữ
Là tượng trưng cho đàn ông
Trong lặng im vang lên tiếng nói
tiếng vọng lại là đáp lời người gọi
Tiếng núi rừng đánh thức giấc ngủ biếng lười

Sống chung với con người
chăm sóc lẫn nhau trong trời đất
Không một lời
Anh không chuyển dời
Tôi cũng muốn đứng yên suốt cuộc đời như vậy!

밤길

더디 좀 가고 있다
달빛 따라붙은 날 걷다 보면
별 있는 하늘 강에서 그 무얼 찾겠다고

살아온 길은 내친걸음
찾아본 것들도 뭐인지
뛰는 모습은 아직도 어색해

또 그렇게 구두코를 차고 가다
저 앞서가는 부끄러움
뿌리치지 못해 돌덩이 게걸음으로 길을 간다

Đường đêm

Đang đi đâu đó
cứ đi bộ theo ánh trăng
Trên bầu trời đầy sông sao tìm gì cơ chứ

Cuộc sống đến nay đằng nào cũng vậy
còn đi tìm cái gì nữa đây
Dáng nhảy vươn lên vẫn còn ngần ngại.

Cứ theo mũi dày như thế mà đi
Sự xấu hổ thấp hèn đang ở phía trước kia
Không thể chối từ, cứ vượt lên tảng đá, mà đi chậm rãi.

제4부. 별 타는 마을
PHẦN 4. Ngôi làng sao rực sáng

별 타는 마을

요즘도 그때 그랬던 것처럼
타다 남은 별꽃이 뒷산에 떨어지고 있습니다
오랜만에 거나한 취기로 내 살던 옛집에 들었더니,
샘 옆 향나무가 무성히 자랐다
오동나무가 큰 잎을 부채질하고 있었는데
어느 겨울이 다가와
상조 고개 산 다랑에서 캐온
고구마 부짱 옆 누이의 베틀 소리
갈치 담긴 함지박 머리에 인 어머니
서울로 간 형
시오리 공장의 작은 누나
어디에 있는지도 모르는 작은 형
동네잔치에서 떡 얻어먹고 체해서 유년에 간 동생
마른 바람 가고 모깃불 멧방석
주먹 수제비를 먹고 있는데
고함치는 아버지의 술 소리에
마당엔 우거진 잡풀들이 쓰러지고
수도 없이 별들이 쏟아져
마을이 온통 별 타는 마을이 됐습니다

Ngôi làng sao rực sáng

Dạo này lúc nào cũng vậy
Sao như hoa lửa còn sót lại rơi xuống sau dãy núi
Lâu lắm rồi ở đó, cạnh ngôi nhà cũ tôi đã từng sống với những cơn say lảo đảo
cây hương trầm bên cạnh suối cứ rậm rạp lớn lên
cây ngô đồng đang quạt những cánh lá to dài
Khi mùa đông đến gần
lại có tiếng dệt vải của chị gái
bên cạnh thùng khoai lang, vừa đào lên từ sườn núi Sang-jo.
Mẹ ngồi bên bát gỗ có chứa cá hố vừa đi chợ bán,
Người anh đi lên Seoul
Người em gái ở nhà máy vùng Si-o
Còn anh trai thứ không biết đang ở nơi đâu
cậu em trai, ăn bánh tốc đầy bụng ở bữa tiệc làng
rồi bỏ đi từ khi còn thơ ấu…
Cha đang trải chiếc chiếu giữa sân, khi gió ấm thổi vào
ăn bánh bột mỳ bằng tay và uống rượu.
Trong tiếng rượu quát tháo của cha
những cây cỏ rậm rạp trên sân ngã xuống
rất nhiều ngôi sao mọc lên,
Cả làng thành ngôi làng rực cháy ánh sao.

산사의 풍경

댕그렁 댕그렁
살아있는 동안 눈 감으면 안 된다
딱 한 번 눈웃음도 안 된다고
비바람 불면 꼬리 빠진다

Phong cảnh của chùa trong núi

Tiếng chuông chùa teng… teng… teng
Trong lúc sống không nên nhắm mắt
Chỉ một lần thôi cười bằng ánh mắt cũng không được
Nếu mưa gió thổi đứt đuôi.*

* Vật làm hình tượng cá treo trong chùa (TG)

시조비

온종일 뒹굴려서
쓰다듬고 새겨 넣고

지게차 발로 들어
허공에 뜬 공깃돌을

산기슭 심어놓고서
그제야 우러른다

Bia Thủy Tổ

Suốt ngày quay tròn lăn lóc
vuốt ve chạm khắc

Nâng lên bằng chân xe nâng
Hòn đá lơ lửng trên không trung

Đặt lên sườn núi
Đến bây giờ mới ngẩng đầu lên.

고삿날 참 말씀

돈 콧구멍 귓구멍에 말아 넣고
주둥이도 현금 뭉치 물었으니
어찌 두 눈 감고 죽을 수 있겠는가
몸통 없는 복돼지 머리
숨 끊겨 잠든 놈에게
하는 일 잘되게 해 달라
삼세번 차례 지켜
돗자리에 콧방아 지문 찍는다

Lời nói thật trong ngày cúng bái

Đầu con heo cúng không thân thể,
cuộn tiền vào lỗ mũi, lỗ tai
mõm ngậm gói tiền mặt
hai mặt nhắm lại sao mà có thể chết cho được.
Sai bảo những người làm công mệt nhoài đang ngủ
hãy làm việc cho tốt
Giữ gìn tế lễ đúng 3 lần
gập mình trên chiếu vái chầu.

아들의 옷

아들이 입다가
작아져 두고 간
티셔츠를 입고 작업을 한다
힘이 난다
함께하니 힘이 난다
든든하여 힘이 난다
아들의 옷은
바위 부수는 철갑옷이다

* 2019년 서울시 지하철 게시 공모 선정 作

Áo của con trai*

Tôi mặc áo cộc tay
của con trai lớn lên,chật dần để lại.
Đi làm thấy mình thêm sức mạnh
Được làm cùng con khí thế càng tăng
Rắn chắc hơn, sức lực vững vàng
Áo của con trai
là giáp sắt đập vỡ tan cả đá.

* Viết trong ngày lễ công bố tuyển chọn công trình tàu điện ngầm Seoul(năm 2019)

시인이 돌 새기는 마을

돌 구르는 소리 물속에서 들리고
돌 깨는 소리 난장에서 들린다
봉성리 어른들의 고단한 인생 시 한 편
마을 공동체 시집 『봉성리 사람들』 책 속에서
성큼 걸어 나와 돌 속에 콕콕 박혀
마을 복지회관 앞에 기둥으로 세운다

Làng nhà thơ khắc đá

Tiếng đá lăn vọng lên trong nước chảy
Tiếng đá vỡ vang lên từ tay thợ gọt mài
Một bài thơ về cuộc sống vất vả của con người vùng Bong-seong
trong tập thơ cộng đồng "Những người vùng quê Bong -seong" đầy lòng nhân nghĩa
bước ra khỏi tập thơ, khắc sâu vào tảng đá,
rồi trở thành cột chào trước Hội quán văn hóa dân làng

아들이 아들을 낳았다

세상에 이렇게 이쁜 놈이 있나
하는 짓마다 미치겠다

맛있어요 많이 먹어요 다 먹어요
똥을 싸도 냄새도 없으니 좋다

깍듯이 존댓말을 써야 한다
나 이렇게 무너질 줄 정말 몰랐네

Con trai sinh cháu trai

Thằng cháu xinh đẹp đến thế trên thế gian này
Mỗi cử chỉ nó làm điên đảo cả nhà suốt ngày suốt tháng

Ngon lắm cháu! hãy ăn nhiều vào, ăn hết đi cho chóng lớn
Có ị ra cũng không có mùi gì đâu mà sợ

Phải ăn nói theo cung cách khiêm nhường, tôn kính
Thật sự không biết mình hạnh phúc đến thế này đâu!

어부의 촉

더듬이로 출발한
세계로 향한 끝없는 유영
무한의 망치질로 주파수를 맞추니
고래의 등 쪽 심장이 쿵쿵 뛰기 시작했다

Linh cảm của người đánh cá

Bơi lội ung dung hướng đến tận cùng thế giới
Xuất phát bằng xúc cảm
Tần số linh cảm mạnh hơn búa tạ
Cảm xúc trái tim thập thình như trên lưng cá voi.

용광로가 녹는다
- 보령머드축제에 부쳐

미쳐야 산다
뚱뚱이 홀쭉이 날씬이 육체미
흔들고 뒹굴고 넘어지고 달리고
해 보고 별 보고 달 보고 파도 타고
뒤집어져야 산다
꽃게 박하지 왕발 자랑
짱뚱어 갯벌에 미끄러지기
우럭 놀래미 조개 주꾸미 간재미 꼼장어 백조기
꼴뚜기 복 물잠뱅이 삼치 갈치도 서서 왔다
갈매기 떼 지어 새우등 타고
천길 오른 고래도 흔들어야만 산다
미쳐 뒤집어져서도 흔들려야 하는
오대양 육대주 하늘 뱃길 열린
세계인의 진흙 잔치
보령머드축제장에서는
용광로 신명에 쓰러져야만
또다시 살아날 수 있다

Lò cao nóng chảy
- Gửi lễ hội bùn

Phải điên để sống
Người mập, người gầy, người thon thả, người có hình thể đẹp
nghiêng ngả, lộn vật, ngã, chạy
nhìn mặt trời, nhìn sao, nhìn trăng lượn sóng
Phải lật ngửa để sống
Tự hào mình như vua Vương Bột Pa-kha-ji
Cá nác hoa trượt trên vùng lầy
nào ốc , nào cá greenling, nào sò, bạch tuộc, cá đuối, cá mút đá, cá đù
mực ống nhỏ, cá nóc, cá ngừ, cá hố đều cùng nhau kéo đến
Đàn chim hải âu xuất hiện cười lên lưng tôm
Cá voi đến từ xa vạn dặm cũng vung vẫy mà sống
Bữa tiệc bùn của con người trên toàn thế giới
mở ra khắp năm châu bốn biển
Cũng phải rung chuyển đảo điên lộn ngược
Chỉ có ngã vào sự háo hức trong lò cao
trong sân lễ hội bùn Bo-ryung
mới có thể quay về cuộc sống.

인연

만남 어디서부터였을까
바람으로 왔다가
안개 속에 흩어지는 그날까지도
서로 잊지 말아요
말 없음이라 해도
보이지 않는다고 하여도
우리는 볼 수 있으니까요

Nhân duyên

Cuộc gặp mặt từ đâu đến nhỉ
đến bằng gió ư,
Rồi đến cái ngày phiêu tán vào sương gió!
Xin hãy đừng quên nhau
Dù không một lời nào
dù không được nhìn thấy nhau đi nữa
cũng sẽ còn có thể gặp nhau mà.

잠자리의 소풍

천둥 번개 비바람은 막아주세요
푸른 하늘은 더 넓게 열어주세요
수평선 너머 바다 더 멀리 보여주세요
맑음 소리 들어 보려 더 깊이 가봐야겠어요
저는 오직 날기 위해 태어났으니까요

Cuộc dạo chơi của chuồn chuồn

Hãy ngăn sấm sét gió mưa

Trời xanh hãy mở rộng ra hơn nữa

Hãy cho chúng tôi nhìn xa hơn biển ở bên kia chân trời

Phải đi xa hơn và nhìn sâu hơn, để được nghe tiếng âm thanh trong sáng

Bởi một lẽ, tôi sinh ra chỉ để bay và bay, chỉ thế mà thôi!

작품해설

봉사를 위한 절차탁마(切磋琢磨)의 시학

김 순 진 (문학평론가 · 고려대 미래교육원 교수)

작품해설

봉사를 위한 절차탁마(切磋琢磨)의 시학

김 순 진

 김유제 시인을 만나면 어디서 저렇게 엄청난 에너지가 나올까 자못 의아해진다. 우리는 그를 만날 때마다 작은 키와 호리호리한 몸집에 그렇게 엄청난 에너지가 들어있다는 것에 자주 놀라게 된다. 이제 시를 쓰는 사람이라면 김유제 시인을 모르는 사람은 없을 것 같다. 그는 우선 석공예가로 널리 알려져 있다. 전국의 크고 작은 조형물을 직접 설계하고 제작함은 물론, 그가 사는 봉성리마을을 수많은 시비(詩碑) 작업을 통해 문화마을로 탈바꿈시켜 놓았다. 그는 내 시비 「박살이 나도 좋을 청춘이여」도 아주 멋진 돌에 새겨 그의 집 안마당에 세워놓았다. 그런 것처럼 시를 쓰는 사람이라면 한 번씩 그의 동네 봉성리와 그의 집에 다녀가지 않은 시인은 거의 없을 정도다.

게다가 그는 지금부터 12년 전, 보령해변시인학교를 주창하고 충청남도와 보령시로부터 지원받아 시인들이 축제마당을 펼치고 있다. 나는 보령해변시인학교가 생긴 이래로 지금까지 한 해도 결석한 바 없다. 그만큼 해변시인학교는 이제 우리 대한민국 시단에 없어서는 안 될 행사가 되었다. 매년 몇백 명씩이나 되는 시인들을 초청해 재우고, 먹이며, 행사를 해내는 에너지는 과히 혀를 내두를 정도다.

그런데다가 그는 하는 일이 너무나 많다. 그는 봉성리 마을 이장을 수년째 봐오면서 알바몬이란 굵직한 회사에서 광고를 따내 마을과 마을의 어르신들을 전국에 알렸고, 나는 그를 도와 몇 년째 내려가 벽화를 그려주기도 했다. 그뿐만이 아니다. 그는 보령씨름협회 회장으로 보령의 체육발전이 기여했을 뿐만 아니라, 도자기 전문가로서 보령시의 도예의 역사를 발굴하고 계승하는 일에 수십 년째 매진해오고 있으며, 벼루를 발굴하고 만드는 일, 알리는 일에도 열성을 다해 서예가들 사이에서 칭송이 자자하다. 게다가 그는 탄광촌이었던 봉성리 마을에 침출수 처리장을 만들고 문화마을로 탈바꿈시킬 엄청난 사업도 수주했다. 그에겐 작은 거인이란 말은 너무나 잘 어울리는 말인 것 같다.

무엇보다도 그는 동네 어른들을 잘 모시고, 그들의

소득을 위해 불철주야로 고민한다. 그리고 그는 그 동네를 방문하는 사람들을 반갑게 맞이해준다. 석수장이가 무슨 큰돈을 번다고 내려갈 때마다 맛있는 음식을 대접해주며, 시비를 세워주는 것을 보면 과히 눈물이 핑 돌 정도다.

  그런 그의 봉사정신은 어디에서 나올까? 그것은 아마도 그가 세상에서 가장 어렵고 힘든 돌 작업을 어려서부터 지금까지 날마다 해오면서 다져진 슬기로부터 비롯된 것이라는 생각이 든다. 김유제 시인과 나는 갑장이다. 김유제 시인은 청년 시절 포천에서 돌작업을 배웠다. 그리고 나는 포천에서 태어났다. 둘이 청년 시절 만난 적은 없지만, 함께 자란 공간이 같다는 것만으로도 우린 더 없이 정다운 친구다. 쓸모 없는 돌을 쪼개고 갈고 다듬고 연마한 조형물이 작품으로 태어나는 과정은 마치 한 수도자가 정신을 수도하는 수행의 과정과 같다는 생각이 든다. 나는 그래서 나는 이쯤에서 김유제 시인의 시 몇 수를 읽어보면서 그가 어떻게 마음을 절차탁마해왔는지 살펴보기로 한다.

1. 봉사정신의 절차탁마

> 오늘 아침 동네 가운데
> 느티나무 아래서 징소리 울려
> 어머니들 음식 준비가 바쁩니다
> 암자 스님은 합장으로 오시고
> 끝 집으로 이사 온 가족들의 소개 인사
> 객지 아들들은 성금 봉투로 함께 합니다
> 이동 노래방이 설치되고
> 음식으로는 흑염소탕
> 이장의 선창으로 신청곡 몰려
> 축하 성금 발표를 먼저 하다 기쁨이 커
> 수고한 어머니들 저녁 보답으로
> 염소 한 마리 더 휴대전화 한 통화로
> 또 천당 갑니다
> 산 너울에 두둥실 흘러가는 흰 구름 소리
> 앞산 울림으로 메아리 되어 돌아오면
> 봉성리 봉황산의 어깨가 으쓱
> 느티나무 고목도 가지를 흔들흔들
> 어제오늘은 하조·중조·상조의 두레 먹는 날
> 느티나무 옆집 홍순이 형은 대전에서 도착
> 요구르트 박스와 성금 그리고 애창곡으로 박수박수
> 아쉬운 밤
> 바람 벼 잎 부딪는 줄다리기에
> 노란 가을은 뜨거운 여름을 넘었지요

— 「두레 먹는 날」 전문

두레는 신라시대부터 내려오던 마을의 큰 행사다. 워래 두레는 모내기나 벼베기 등의 많은 사람의 일손이 필요할 때 한 집 당 1, 2명의 두레꾼이 참여해 순서대로 농사일을 해나가던 풍습에서 비롯되었다. 지금도 시골의 몇몇 마을에서는 그런 풍습이 이어져오고 있다. 김유제 시인은 앞서 말한 바와 같이 봉성리 마을의 이장이다. 그의 동네는 크게 세 동네로 나뉘는데, 하조, 중조, 상조가 그것이다. 봉성리 마을회관을 시작으로 하조, 중조, 상조의 부락이 봉성1리, 봉성2리, 봉성3리가 아닌 봉성리라는 이름으로 결속이 되어 있기 때문에 마을의 규모는 다른 마을에 비해 매우 크며 그 단결력 또한 대단해 미산면 체육대회 등에서는 단연 두각을 나타낸다. 아름다운 마을의 관건은 화합이다. 약간의 이득을 취하기 위해 서로 싸우고 법정에 가는 일이 허다한 시점에 봉성리 마을 사람들은 모두가 합심하고 어른과 여성, 아이들, 외국인 며느리 등을 더욱 보살피고 존중함으로써 모범적인 마을 사례로 자주 보령시와 충청남도 등에 소개되곤 한다. 봉성리 마을이 지금처럼 화합하고 서로를 존중하며 행복하게 살 수 있었던 것은 물론 마을 어른들의 지혜와 젊은이들의 솔선수범하는 봉사가 있었겠지만, 그 뒤에서 열심히 행사를 주관하고 준비하는 봉성리 김유제 이장과 그 부인의 수고를 간과할 수 없을 것 같다. 한여름 무더위에 지친 어른들을 느티나무 그늘 아래 시원한 곳으로 모셔다가 염소탕이며 닭백숙을 삶아 술 한 잔을 권하는 동네는 생각만해도 그리운 고향의 정서다.

> 요즘도 그때 그랬던 것처럼
> 타다 남은 별꽃이 뒷산에 떨어지고 있습니다
> 오랜만에 거나한 취기로 내 살던 옛집에 들렸더니
> 샘 옆 향나무가 무성히 자랐습니다
> 오동나무가 큰 잎을 부채질하고 있었는데
> 어느 겨울이 다가와
> 상조고개 산 다랑에서 캐온
> 고구마 부짱 옆 누이의 베틀 소리
> 갈치 담긴 함지박 머리에 인 어머니
> 서울로 간 형
> 시오리 공장의 작은 누나
> 어디에 있는지도 모르는 작은 형
> 동네잔치에서 떡 얻어먹고 체해서 유년에 간 동생
> 마른 바람 가고 모깃불 멧방석
> 주먹수제비를 먹고 있는데
> 고함치는 아버지의 술 소리에
> 마당엔 우거진 잡풀들이 쓰러지고
> 수도 없이 별들이 쏟아져
> 마을이 온통 별 타는 마을이 됐습니다
>
> — 「별 타는 마을」 전문

이 시는 김유제 시인이 자라던 유년 시절의 모든 가족이 등장하는 시다. 하늘에서 사선으로 떨어지는 별똥별을 보던 유년 시절을 그리는 시다. 이 시에는 60-70년 사이에 일어난 우리들의 가슴 아픈 역사가 들어있다. 나도 김유제 시인이 태어나고 자란 생가에 가보았다. 지금은 산림문학공원이 된 뵝새바위를 오르는 길목 옆에 김유제 시인이 살던 아주 작은 흙벽돌집이 있다. 지금은 외지에서 오는 문인들도 재워주고 차도 한 잔씩 하고 갈 수 있는 쉼터 공간으로 꾸며져 있다. 뵝새바위로 오른 언덕빼기 중턱에 있어 봉성리 마을이 한눈에 바라다보인다. 밤에 그곳에 앉으면 정말 별똥별이 사선을 그으며 날아가는 것이 보인다. 김유제 시인의 유년은 그리 넉넉지 못했다. 아, 이 시는 그냥 그 자체로 그림이다. 어느 해 겨울 "상조고개 산 다랑에서 캐온 / 고구마 부짱 옆 누이의 베틀 소리"가 나는 방이라니, 상상이 간다. 우리가 어릴 때만 해도 고구마가 주식이었고, 누에를 치거나 베를 짜는 집이 많았다. "갈치 담긴 함지박 머리에 인 어머니"는 올망졸망 열린 자식들을 먹이기 위해 얼마나 종종걸음을 걸으며 목쉰 목소리로 갈치를 사라 외치셨을까? 생각만해도 눈물이 그렁하다. 공부를 가르칠 수 없어 "서울로 간 형"과 "시오리 공장의 작은 누나"는 그 시절 우리들의 자화상이었다. 나도 고등

학교에 진학하지 못하고 서울에서 공장살이를 했으니, 어린 김유제 시인이 포천에 와서 석수장이를 시작한 것과 비슷한 나이다. 그런 상황이 싫어서 집을 뛰쳐나간 "어디에 있는지도 모르는 작은 형"을 생각하면 가슴이 아린다. 게다가 "동네잔치에서 떡 얻어먹고 체해서 유년에 간 동생"의 대목에선 와락 눈물이 쏟아진다. 나도 국수 수제비를 너무나 많이 먹고 자랐다. 호밀을 많이 심어 국수 수십 박스를 뽑아다 방안에 쌓아놓고 아버지들이 먹기내기 화투를 치던 기억도 생생하다. 그 시절 아버지들은 대부분 술을 많이 드셨다. 얼마나 삶이 고됐으면 "고함치는 아버지의 술 소리에 / 마당엔 우거진 잡풀들이 쓰러"졌을까? 그 소리에 "수도 없이 별들이 쏟아져 / 마을이 온통 별 타는 마을이 됐"다는 김유제 시인의 시는 정말 눈물나도록 아름다운 시다.

2. 직업정신의 절차탁마

밤새워 부숴
뚝뚝 자르며
툭툭 털어내도 남는 것 많아서
물톱질로 칼질하면 무지갯빛 먼지
또 헛기침
서울 유학 간 아들의 유선 목소리

입 다물어 거칠게 뛰는 맥박
미완성된 작품 한 점
온종일 아내가 반복된 속도로
밀어붙인 희망
석란석
벼루 밑바닥 한쪽 구석으로
지석
음각 낙관 하나가 삐딱하게 찍혔다

- 「장인 일기」

  앞서 말한 바와 같이 김유제 시인은 석수장인이다. 지금까지 그에게서 떨어져 나간 돌조각은 범우주적 숫자다. 그가 두들긴 망치 소리며, 그가 갈아낸 그라인더 엔진소리며 그가 전동끌로 파낸 글자 수는 범우주적이다. 그 작은 몸으로 얼마나 많은 시간들을 돌과 씨름했던가? 친구지만, 존경하는 마음이 절로 배어 나온다. 공장에서 종이박스를 접는 일도, 두부를 만드는 일도, 실을 감는 일도 고되고 코피가 난다는데, 하물며 돌을 깎아 벼루를 만들고, 조형물을 세우며, 시비를 세우는 작업이라니…. "해보지 않은 사람은 논하지 말라."는 우스갯소리가 웃음으로 들리지 않는다. 김유제 시인의 집앞 시비들과 집에 들어오기 전 개울 건너 공터에 세워진 시비들, 그리고 한국문학비헌장 공원과 국제펜헌장비 공원, 산림문학공원 주변에 세워진 무수히 많은 시비들….

그런 작업은 저절로 될 리 없다. 하물며 장석주 시인은 「대추 한 알」에도 "저 안에 태풍이 몇 개 / 저 안에 천둥이 몇 개 / 저 안에 벼락이 몇 개"와 "저 안에 무서리 내리는 몇 밤 / 저 안에 땡볕 두어 달 / 저 안에 초승달 몇 날"이 들어있어 대추가 붉어진다고 했는데, 김유제 석수장인의 바위 안에는 무엇이 들어있을까? "물톱질로 칼질하면 무지갯빛 먼지 / 또 헛기침 / 서울 유학 간 아들의 유선 목소리"가 들어있고 "온종일 아내가 반복된 속도로 / 밀어붙인 희망"이 들어있었기 때문에 그 많은 날들을 묵언의 돌과 마주하며 묵언으로 수행했을 것이다. 돌을 매만지는 작업은 음악과 함께 할 수 없다. 늘 망치소리가 나고 늘 그라인더 엔진 소리가 나며 늘 돌칼의 귀를 찢는 듯한 소리가 나는 작업환경에서 음악 감상은 사치다. 머리와 눈썹, 어깨에 하얗게 내려 앉는 돌가루 먼지 속에서 오직 숨을 참으며 정신을 모아, 다치지 않기 위해 공구를 잡고 일을 할 뿐이다. 그런 극한 직업 속에서 오늘을 일군 김유제 시인에게 우레 같은 박수를 보낸다.

    온종일 뒹굴려서
    쓰다듬고 새겨 넣고

    지게차 발로 들어

　　　　허공에 뜬 공깃돌을

　　　　산기슭 심어놓고서
　　　　그제야 우러른다

　　　　　　　　　　　- 「시조비」 전문

　이 시는 한 편의 완성도 높은 단시조다. 그 많은 날들을 돌과 씨름하며, 그 많은 사람들을 만나는 중에 언제 시를 쓰고 시조까지 배웠는지 감탄스럽다. 돌에 생명을 부여하는 순간이다. 일부러 쓰러뜨리거나 그라인더로 글을 지우지 않는다면, 무생물의 바위가 비로소 수천년 죽지 않을 작품으로 태어나는 순간이다. 얼마나 많은 시간을 씨름했을까? 말이야 "온종일 뒹굴려"서 "쓰다듬고 새겨 넣고" 한다지만 종이나 컴퓨터, 휴대폰에 시 한 수 쓰는 것도 쉬운 일이 아닌데, 돌의 표면을 다듬고, 모양을 살려 글을 새긴다는 것은 과히 극한의 상황일 것이다. 더구나 올해 같은 섭씨 40도를 육박하는 엄청난 무더위 속에 그 무거운 돌을 다룬다는 것은 임경업 장군이나 최영 장군의 표효 같다. 돌은 또 다른 소용을 위해 갈증을 참고 기다리고 있다. 드러나 아름다움을 가르쳐주며, 묻혀 있을 때 우리의 무게를 견딘다. 새소리 물소리 꽃과 나무의 말을 들으며 내공의 힘을 키워 교만하지 않으며, 남의 말을 옮기지도 비웃지도 않는다. 주어진 자리에서 스스로 떠나지 않는다. 누구를 밀어 넘어뜨리지 않으며, 언제든 올라오라 손잡아준다. 돌은 바위거나 조약돌이거나 쓰임이 있다. 돌은 반듯하거나 부서지거나 스스로 쓰임을 찾는다. 장식이기보다 받침이길 자처한다. 김유제의 돌은 꿈을 꾼다. 김유제 시인은 돌로써 세상의 경전을 읽지만, 돌은 우리를 사랑하라 가르친다. 김유제의 돌은 시금석이다. 그의 돌을 보면 세상이 보인다. 그의 돌은 성악가다. 그의 돌을 보면 노래가 들려온다. 그의 돌은 시인이다. 그의 돌을 보면 철학이 있다. 돌이 그에게 얻은 것은 색다른 외형이나, 우리가 그의 돌에서 얻은 것은 사람처럼 뜨거운 가슴이 있음이니 김유제의 돌은 생전 잠들지 않을 듯 말똥말똥 눈을 반짝이며 우리를 껴안으러 달려오고 있다.

3. 이상(理想)의 절차탁마

장맛비가 진행 중입니다
간간이 나타나는 햇볕에 잠자리 떼
여름 폭격하던 날 밤 불빛 창문 옆으로
두꺼비 왔었지요
급해도 달리지 못하는 양반 두꺼비
당당히 걸음 멈춰 서서 눈알로 못 박고
빗소리에 귀까지 막혀서

누가 옆에 온 줄도 모르고
불빛에 눈먼 불나방을 잡아먹고 있었지요
싸낙배기 발발이 언제 나올지 모르면서
어쨌든 바보 된 두꺼비의 혀는 바쁘기만 합니다
장맛비 오던 밤 두꺼비
그러다가 사진 몇 장 찍히고
풀숲으로 던져진 두꺼비 또 돌아와서
또다시 어둠 숲으로 돌려보내진 복두꺼비

- 「두꺼비」 전문

  두꺼비는 상서로운 동물이다. 요즘은 두꺼비를 만나기 어렵지만 우리들이 어릴 적만 하더라도 큰비가 내리고 나면 논에서 맹꽁이 우는 소리가 지천으로 들리고 신작로를 기어 다니는 두꺼비를 자주 볼 수 있었다. 사람들은 두꺼비를 재복을 상징하는 동물로 여긴다. 보통 돼지를 재복의 상징이라고도 하는데 중국에서는 두꺼비를 재복의 으뜸으로 생각했다. 두꺼비는 달의 정령과 음(陰)을 상징하기도 한다. 중국의 옛 그림에는 신선이나 불교의 고승, 나한 등의 인물을 그린 도석인물화(道釋人物畵)에도 등장하는데 요나라 때 실재했던 유해라는 사람이 우물 속에서 세 발 달린 두꺼비를 찾아 비단으로 꼬아진 실로 묶어 어깨에 얹고 다니다가 어느 날 하늘로 올라갔다는 이야기가 있다. 그를 하마신선이라고 부르는데 하마(蝦蟆)라는 뜻은 개구리나 두꺼비를 뜻한다. 그리고 두꺼비는 건강을 뜻하기도 한다. 그래서 신혼부부에게 떡두꺼비 같은 아들을 낳으라며 덕담을 하기도 한다. 문학적으로도 두꺼비는 많은 우화와 작품을 남기고 있다. 이솝 우화에 나오는 금도끼 은도끼 이야기도 농부가 나무를 베다가 도끼를 빠뜨릴 때 연못에서 도끼를 들고나오는 구조자는 두꺼비다. 두꺼비가 "네 도끼가 금도끼냐, 은도끼냐?"를 물을 때 정직한 농부는 "제 도끼는 나무로 된 쇠도끼이옵니다."라고 정직하게 말해 금도끼와 은도끼 모두를 선물로 받게 된다. 즉 두꺼비는 그냥 미물로 치부되는 것이 아니라, 인간의 잘잘못을 판단하며 문학작품 속에서 신성한 인물로 묘사되는 것이다. 작자 미상의 우리 고전 「두껍전」에서도 장선생이란 노루가 천자로부터 벼슬을 받아 잔치를 여는데 호랑이를 제외한 동물들이 서로 상석에 앉기 위해 자리를 다투게 된다. 토끼는 나이가 많은 순으로 앉을 것을 제안하는데, 노루와 여우는 거짓말로 나이를 속여 상석에 앉으려 한다. 그때 두꺼비가 말솜씨를 발휘하여 둘의 계획을 수포로 만들게 되고 잔치가 끝나는데, 두꺼비는 모든 동무들을 대표하여 감사 인사를 하는 동물이 된다. 한편 「두꺼비 나라」라는 우화도 있는데 높은 탑 꼭대기에 올라가는 두꺼비에게 큰 상을 내리는 대회가 있는데, 겁이 많은 두꺼비들은 모두 중간에 포기하고 귀머거리 두꺼비가 남의 말을 듣지 않고 자신의 목표를 향해 나간다는 이야기로, 두꺼비는 상서로움과 재복, 건강, 노력을 상징하는 동물로 김유제 시인의 그런 은근과 끈기는 두꺼비를 닮아있다.

> 밤낮없이
> 사방에 불길 치솟고
> 번갯불 하늘 찢어
> 날개도 없이
> 뜨거운 불구덩이
> 네 발로 엉금엉금
> 세 발로 모가지 쳐들고
> 두 발로 넘어지듯 뛰어간 그 발자국
> 파도치는 바위를
> 새까맣게 기어 덮은 바다 벌레와
> 붉은 발가락 게가 기어간다
>
> 백악기
> 지층 드러난 바다에서 형체 없는 너를 찾아
> 너의 흔적 위에 두 발 두 손을 기어 저-
> 몇백만 년 전 그 속으로 뚝 떨어져
> 손짓 발짓
> 발가벗겨진 미물들을
> 바다 벌레가 마구 주워 먹고
> 붉은 게 발이 동굴 속으로
>
> ― 「공룡을 찾아서」 전문

앞서 말한 두꺼비가 현세의 상서로운 동물이라 한다면 이 작품에서 나오는 공룡은 과거의 상서로운 동물이다. 덩치가 작은 공룡도 있지만 공룡은 우선 키가 크고 무게가 엄청나게 나가는 동물로 우리는 인식하고 있다. 이 시에서 나오는 공룡의 상징은 '붉은 발가락 게'다. 공룡의 이름들은 외국에서 명명돼 티라노스사우르스, 알로사우르스, 데노이쿠스, 오르니코미무스, 콤프소그나투스, 플라테오사우르스, 울트라사우르스, 아마토사우르스, 데플로도쿠스 등 수많은 종류가 있다. 이들 공룡은 주로 중생대로 불리우는 백악기, 쥐라기, 트라이아스기에 살았다. 공룡을 크게 분류하면 용반복과 조반목으로 나뉜다. 용반목은 용과 비슷한 공룡으로 우선 두 발로 걷는 공룡과 네 발로 걷는 공룡으로 나눌 수 있다. 그리고 조반목에서 조각류는 새와 비슷한 모습을 가진 공룡을 말한다. 검룡류는 등에 골판이 달린 모습으로 대부분 초식 공룡이다. 곡룡류는 갑옷을 입은 모습으로 이도 초식동물이고, 각룡류는 머리에 뿔이 달린 종류다. 또 먹이로 구분하면 초식공룡과 육식공룡으로도 구분된다. (자료출처 : https://blog.naver.com/historysite 옥당서원) 그러면 공룡은 왜 멸망하게 되었을까? 첫째는 빙하기설이다. 지구에 빙하기가 도래하여 모두 한꺼번에 얼

어죽었다는 가설이다. 둘째는 행성추돌설이다. 엄청난 크기의 별똥별이 지구에 떨어져 마치 해머로 바위를 쳐 물고기를 잡듯 행성이 떨어져 순간에 충격을 받은 공룡들이 모두 죽었다는 것이다. 세 번째로 소행성으로 날아온 행성이 떨어져 가스가 분출하여 모두 즉사하였다는 설이다. 모두 타당성 있게 보이지만, 나는 먹이가 부족해서 죽었다는 가설을 주장한다. 초식공룡이든 육식공룡이든 엄청난 숫자의 공룡이 생존하려면 엄청난 먹이가 확보되어야 하는데, 지구가 그 많은 공룡이 먹고 살기엔 불충분했을 것이란 가설이다. 그런데 김유제 시인이 이 시에서 언급하고 있는 공룡은 앞서 필자가 열거한 그런 공룡이 아니라, 상상 속의 공룡이다. 즉 '붉은 발가락 게'가 찾아 들어가고 있는 곳은 단순한 동굴이 아니라 이데아, 즉 공룡이 살았던 동굴로써 그런 동굴은 각박한 현대사회를 살아가는 인간의 피난처 역할을 해주고 있는 곳을 상징한다.

 이상에서처럼 김유제 시인의 시 몇 수를 읽어보면서 그의 마음세계를 여행해보았다. 김유제 시적 세계는 모두 절차탁마(切磋琢磨)의 기법으로 흐르고 있었는데 첫 번째는 봉사정신으로 그는 이웃 사랑을 향한 정서는 용광로처럼 끓고 있었고, 그의 봉사를 향한 마음은 반석처럼 굳어져 있었다. 두 번째는 직업정신으로 아무리 천둥 번개가 치고 천지개벽을 한다 해도 나는 오늘 한 그루의 사과나무를 심겠다는 정신으로 자신의 일에 몰두하고 있었다. 세 번째는 내면을 위한 수양으로 그는 새로운 이데아를 구축하고 그곳을 드나들며 생활과 삶의 괴리를 좁혀가고 있었다. 따라서 나는 김유제 시인의 일련의 시작업을 봉사를 위한 절차탁마의 시학이라 평한다.

김유제 한베트남 시집

밤하늘에는 별강이 흐르고
Sông sao trôi trên bầu trời đêm

초판발행일 2025년 8월 30일

지은이 : 김유제
발행인 : 김순진
편집장 : 전하라
디자인 : 김초롱
펴낸곳 : 도서출판 문학공원
등 록 : 2004년 3월 9일 제6-706호
주 소 : (우편번호 03382) 서울 은평구 통일로 633
　　　　녹번오피스텔 501호 스토리문학사
전 화 : 02-2234-1666
팩 스 : 02-2236-1666
홈페이지 : https://blog.naver.com/ksj5562
이메일 : 4615562@hanmail.net

※ 책값은 뒤표지에 있습니다.
※ 저자와의 협의에 의해, 인지는 생략합니다.